రంకు

అక్రమ సంబంధాలపై ముస్లిం మైనారిటీ నవల

D9900344

జాని తక్కెడశిల

Ukiyoto Publishing

అంకితం

"రతన్ టాటా" గారికి గౌరవంతో

'మాబున్ని అక్క! మాబున్ని అక్క! ఇంట్లో ఉండావా? ఓమ్మో! ఇంట్లో ఎవరైనా ఉండారా లేదా? పిల్లదానికి 'సలిపిరి' లేసింది మందు కావాలా.'

'ఆ ఉండాలే! బయట అరుగు మీద కుచ్చో వస్తా.'

'హా! అట్టే గానిలేక్క అంటూ వెంకటమ్మ తన మనవరాలిని ఒళ్లో కూర్చోపెట్టుకొని ఎడ్సాకు మాబున్ని అవ్వ మందు ఇచ్చే 'సలిపిరి' దెబ్బకు ఎగిరిపోతాదిలే' అనింది.

అక్క చేతిలో ఏం మహత్యం ఉందో ఏమోగాని! మందు ఇచ్చిన నాలుగు రోజులకే 'సలిపిరి' సచ్చి ఊరుకుంటాది. పెద్ద పెద్ద ఆసుపత్రులకు పోయిన కూడా ఈ 'సలిపిరి' తగ్గదు. అంతా ఈ అమ్మోరు తల్లి మహిమే తురకోల్ల ఇంట్లో అమ్మోరు తల్లి ఉండటం అదృష్టమే అంటూ అక్కడ ఉన్న వేప చెట్టుకు దండం పెట్టుకుంది. అలా అనుకోవాల్సిందే.

లేదంటే ఆసుపత్రికి వెళ్ళే తాహత ఆమెకెక్కడిది. ఆసుపత్రిలో లంచం ఇచ్చుకోలేదు, ఇవ్వాలనుకున్నా ఆమె దగ్గర డబ్బు లేదు. డబ్బు లేదని బాధపడదు. బాధపడిన ఏమీ చేయలేదు. చేయాలనుకున్నా తన కుటుంబం అడ్డుపడుతుంది. మొత్తానికి మాబున్ని అక్కే తనకు దిక్కు. తానే దిక్కని వందశాతం అనుకోవడం లేదు. వేరే గత్యంతరం లేక అలా అనుకోవాల్సి వచ్చింది.

అంతలో మాబున్ని అక్క బయటకు వచ్చింది. ఆమెను చూడగానే వెంకటమ్మ లేచి నిలబడింది.

కుచ్చో అన్నట్టుగా చేతితోనే సైగ చేసింది. ఆ సైగలో ఎన్నో అర్థాలు ఉంటాయి. అలా చేయడం తనకు ఇష్టం ఉండదు. అయినా చేయాల్సిందే. చేయకపోతే విలువ ఉండదు. ఇచ్చే మందు చులకన అవుతుంది. మందు చులకనైతే తన దగ్గరకు ఎవరూ రారు. రాకపోతే భర్త లేని ఆమెకు డబ్బు ఎలా వస్తుంది? దానికోసం కొన్ని సైగలు తప్పనిసరి. అయినా ఆయమేమి గ్రామ అధికారిలా పొగరు చూపడం లేదు. పెత్తనం చెలాయించాలని అనుకోవడం లేదు. అనివార్యం, అవసరం.

మాబున్ని అక్కకు యాభై సంవత్సరాలు ఉంటాయి. భర్త చనిపోయి పదేళ్లు అయ్యింది. నిజానికి పదేళ్ల కంటే ముందే మరణించాడు. తన మనసులో. ఒక మనిషి ఇంకో మనిషి దృష్టిలో మరణించడానికి బోలెడు కారణాలుంటాయి. మాబున్ని అక్కకు కూడా ఉన్నాయి. ఆమె కారణాలు ఆమెకు గొప్పే.

ఆ కారణాలతోనే భర్తను ఏనాడో మనసులో చంపుకుంది. బహుశ పెళ్ళైన తొలిరాత్రి రోజునో! నువ్వు ఎంత మందితో పడుకున్నావే? అన్నప్పుడో, తొడల మధ్యలోకి వదులుగా పోతోందంటే నువ్వు లంజవే అన్నప్పుడో! తులం బంగారు ఇస్తాడంట ఒకసారి వెళ్లి వస్తే నీదేమైనా అరిగిపోతుందా, కరిగిపోతుందా అనే నీచపు మాటలు విన్నప్పుడో. అలాంటి మగవాళ్లు ఇంకా మరణిస్తూనే ఉంటారు. సృష్టి ఉన్నంతవరకు.

మాబున్ని అక్కకు ఇద్దరు మగ పిల్లలు, ఒక ఆడపాప. ఇద్దరికీ కలిగిన సంతానం అనవచ్చు కదా! అలా అనడానికి కుదరదు. భర్త ఒప్పుకోడు. అనుమానం.

ఎదురింటి సుబ్బులు పైనా, పక్కింటి రంగయ్య పైనా, ఈ సమాజం పైనా అందుకే మాబున్ని అక్కకు మాత్రమే ఆ పిల్లలు పుట్టారు.

అది నిజం కాకపోయినా భర్త అసత్యాన్ని నమ్ముతున్నాడు కనుక తాను కూడా నమ్మాల్సిందే లేదంటే ఇస్లాం మతం హుంకరిస్తుంది. భర్తకు ఎదురు తిరుగుతున్నావు అంటుంది. ఇడిసింది, బరితెగించింది, తురకముండా ఎన్నో బిరుదులను మోయాల్సి వస్తుంది. అందుకే భర్త మాట జవదాటకుండా సరే అనింది. అనాల్సి వచ్చింది. అనకపోతే బతకలేదు. అనీ బతికే వెసులుబాటు భర్త కల్పించడు.

పిల్లలకు పెళ్ళిళ్ళు చేసింది. ఇద్దరు కొడుకులు, కోడళ్ళు, మనవళ్లు, మనవరాళ్లు అందరూ కలిసి ఉమ్మడిగా ఉంటున్నారు. మాబున్ని అక్క చూడటానికి యాభై సంవత్సరాల మనిషి లాగా కనిపించదు. జడ వేసుకోకుండా జుట్టును కొప్పుగా చుట్టి.. నెత్తి మీదికి కొప్పు వచ్చేలా కడుతుంది. అలా కడితే ఆమెకు హుందాగా అనిపిస్తుంది. అందరికంటే భిన్నంగా ఉన్నానని నమ్ముతుంది.

అలా నమ్మితేనే వ్యాపారం జరుగుతుంది. వ్యాపారం జరిగితేనే పూట గడుస్తుంది. వొక్కాకు లేకుండా ఒక గంట కూడా ఉండలేదు. అలవాటు చేసుకుంది. దాన్ని గొప్ప విషయంగా భావించింది. ఎవరైనా కాస్త వొక్కపొడి ఇవ్వమంటే ఇచ్చి అదే సహాయ గుణమంటే అంటుంది. సంబరపడుతుంది. ఆస్తి రాసిచ్చినట్లు భావిస్తుంది. అన్ని దానాల కంటే వొక్కాకు పొడి దానమే గొప్పదని తీర్మానం చేసుకుంది.

ఊరు ఊరంతా ఆమెకు పరిచయమే. అందరినీ పేర్లు పెట్టే పిలుస్తుంది. అలా తన పెద్దరికాన్ని కాపాడుకుంటుంది.

ఊరిలో అందరికంటే తానే ప్రత్యేకమైనదిగా భావించాలని అనుకుంటుంది. కొందరు భావిస్తారు. మరికొందరు తేల్చుకోలేక నడిమిట్ల ఉన్నారు. ఇంకొందరు ఆమెను సాధారణంగానే చూస్తారు.

చురకత్తి లాంటి చూపు, పదునైన మాటలు, హుషారుగా ఎప్పుడూ నవ్వుతూ, నవ్విస్తూ ఉండటం ఆమె నైజం. ఆమె దగ్గర పది నిముషాలు కూర్చుంటే మాటలతో కోటలు కడుతుందని అందరూ అనుకుంటారు. అందుకే ఆమెకు ఒక అడ్డ పేరు కూడా పెట్టారు. అదే 'కలర్ టీవీ'.

ఆ పేరు పెట్టడానికి కారణం ఆమె దగ్గరకు పోతే మాటలతోనే రంగులు చూపిస్తుందని. వాస్తవానికి అది నిజమే. ఆ మాటలే లేకపోతే ముగ్గురు పిల్లలను సాకడం సాధ్యం అయ్యేది కాదు. మాటలతో మేడలు కట్టలేదు కాని పిల్లల పొట్టలను మాత్రం నింపింది.

మాబున్ని అక్క ఇంట్లో ఒక పెద్ద వేప చెట్టు ఉంది. ఆ చెట్టును అమ్మోరు తల్లిలా అందరూ పూజిస్తారు. తనే అలా నమ్మేలా చేసింది. చేయాల్సి వచ్చింది. చేయకపోతే బతుకు బండి నడవదు. మాబున్ని అక్కకు వేపచెట్టే జీవనాధారం.

'వెంకటమ్మ అరుగు మీద ఉండగానే 'సలిపిరి' మందు కావాలంటూ ఇంకొకరు వచ్చారు.'

'పూజలో ఉండా! ఇంకో పది నిముషాలు అయితే అయిపోతుంది అదో! ఆ.. అరుగు మీద కుచ్చో' అనింది. పూజంటే మంత్రాలు ఏం చదవదు. మంత్రాలు చదివి పూజారిలా మోసం చేయడం ఇష్టం లేదు. మంత్రాలు రావు కూడా.

అర్థంలేని మంత్రాలు అర్థం చేసుకోవాల్సిన అవసరం లేదు. నేర్చుకున్నా అవి ఎవరికీ అర్థంకావు. అర్థమైనా వ్యర్థమని తెలుసు. అందుకే పూజ చేసినట్లు నటిస్తుంది.

వేపచెట్టుకు నిన్న వేసిన పూలు తీసేసి బొట్లు పెట్టిన ప్రదేశాన్ని నీళ్లతో బాగా కడిగింది. ముందు పసుపు రాసి మధ్యలో కుంకుమ బొట్టును రూపాయంత ఎడల్పుగా పెట్టింది. తాజా పూలదండ వేసి ఊదికడ్డీలు ముట్టించి, కొబ్బరి కాయ కొట్టింది. హారతి పళ్ళెంలో దీపం ముట్టించి వేపచెట్టుకు హారతి ఇచ్చింది. అక్కడున్న వాళ్ళకు హారతి తీసుకో అన్నట్టు హడావిడి చేసింది. అలా చేస్తేనే హారతి గొప్పదని అక్కడికి వచ్చినవారు నమ్ముతారు. అలా అనుకుంటేనే ఆమె ప్రత్యేకం. అదే మాబున్ని అక్క రోజువారి దినచర్య. ఇష్టంతో చేసే దినచర్య కాదు. తప్పక చేస్తున్న చర్య.

'ఏమే సెప్పు..! ఏంది నీ బాధ?'

'అక్కా ఇదీ నా మనవరాలు 'సలిపిరి' లేసి లబో దిబో అని కొట్టుకుంతాంది మందు కావాలే'

'పాప తొడపై పరిశీలనగా చూసి ఏం కాదు మందు ఇస్తాలే రెండు రోజుల్లో ఎగిరిపోతుంది అంటూ అప్పటికప్పుడు 'సలిపిరి'

మందు తయారుచేసి ఒక డబ్బిలో వేసి రోజుకొకసారి పూస్తే సరిపోతుంది. మల్లా నాలుగు రోజులకు రావాలా అనింది.'

ఎగిరిపోతుందని నమ్మకంగా చెప్తుంది. అలా చెప్పకపోతే వచ్చేవాళ్లు నమ్మరు. మళ్ళీ రావాలి అంటుంది.

అలా అంటేనే వాళ్ల నుండి మళ్ళీ డబ్బు తీసుకోవచ్చు. అది మోసం కాదని తన విశ్వాసం. ఊళ్లో మండల అధికారి కంటే తానేమి పెద్ద మోసం చేయడం లేదు. మంత్రి, ముఖ్యమంత్రి, ప్రధానమంత్రి లాంటి వాళ్ల కంటే అది తక్కువ మోసమేనని తనకు తాను సమాధానపరుచుకుంటుంది.

ఆకు, వొక్క, ఒక జాకెటు గుడ్డ, టెంకాయ, ఊదికడ్డీలు ఇరవై రూపాయలు డబ్బులు చేతిలో పెట్టింది వెంకటమ్మ. పొద్దున్నే మాంచి బేరం వచ్చిందని మనసులో అనుకుంది. అదే మందును ఇంకో డబ్బిలోకి ఎత్తి, ఇందాక మందు కావాలంటూ వచ్చిన ఆయప్పకు కూడా ఇచ్చింది. ఆయన యాభై రూపాయలు చేతిలో పెట్టి వెళ్ళిపోయాడు.

మనసులో తిట్టుకుంది. డబ్బు తక్కువ ఇచ్చాడని, ఎక్కువ ఇస్తే పిల్లోడి ఫీజుకు జమా అవుతుందని, రేపు నమ్మకంగా అన్నం తినవచ్చని.

మాబున్ని అక్క ఇంట్లో ఒక 70 సంవత్సరాల వేప చెట్టు ఉంది. ఆ చెట్టు అమ్మోరు తల్లని పులివెందుల ప్రజల నమ్మకం. అలా నమ్మేలా చేసుకుంది. అదే చాకచక్యం.

'సలిపిరి' అంటే చర్మంపై చిన్న చిన్న గుల్లలు లేసి మంటగా, నొప్పిగా ఉంటుంది. అది ఒక రకమైన చర్మ సమస్య. కేవలం 'సలిపిరి'కి మాత్రమే కాదు పిల్లలు పుట్టకపోయినా, చిన్న పిల్లలకు ఆరోగ్య సమస్యలు ఉన్నా, నెలసరి సమస్యలు ఉన్నా మాబున్ని అక్క తాయెత్తులు కడుతుంది. చున్నం, సమురు కలిపి చేసేదే 'సలిపిరి' మందు. వేరే ఏ ఆరోగ్య సమస్య వచ్చినా తాయెత్తు కడుతుంది.

నిజానికి తాయెత్తుల వల్ల ఎలాంటి లాభం లేదని, వేప చెట్టు అమ్మోరు తల్లి కాదని ఆమెకు తెలుసు కాకపోతే 'కూటి కోసం కోటి విద్యలు' అన్నారు కదా! ఆ పని చేయకపోతే ముగ్గురు పిల్లలను ఎలా సాకగలదు? చిన్న వయసులోనే మొగుడు చనిపోయాడు. అప్పటి నుండి అలా తాయెత్తులు కడుతూ వచ్చిన డబ్బుతో పిల్లలను సాకి పెళ్ళిళ్ళు చేసింది. తాయెత్తులు కట్టాలని కట్టడం లేదు. కట్టాల్సి వచ్చింది. సమాజం కట్టించుకుంది. కట్టకపోతే బ్రతకడం కష్టం అనుకుంది.

కొన్ని వేపాకులను ఎర్రటి గుడ్డలో చుట్టి కుట్లు వేస్తుంది. పిల్లలు పుట్టలేదంటూ ఎవరైనా వస్తే వేపాకులను నున్నగా నూరి రాగి పిండిలో వేప ఉండలను దొర్లించి గొంతులోకి వేస్తుంది. ప్రజలు అదేదో మహత్తరమైన మందని, అమ్మోరు తల్లి మహిమని ఆమె దగ్గరకు వస్తుంటారు. వచ్చేలా చేసుకుంది.

నమ్మడానికి నాలుగు అసత్యాలు పలికింది. అవి సత్యాలై, వృక్షాలై విస్తరించాయి.

విస్తరించేలా చేసింది. ఆ నీడలో బ్రతుకుతోంది. అలా ప్రతిరోజూ ఐదు వందల నుండి వెయ్యి రూపాయల వరకు సంపాదిస్తుంది.

ఆ సంపాదనతోనే ముగ్గురు పిల్లలకు పెళ్లిళ్లు చేసింది. కానీ వాళ్ల జీవితాలు ఆమె అనుకున్న ప్రకారం సాగడం లేదు. అదే మాబున్ని అక్క మనోవ్యధకు కారణం. తాను చేసిన, చేస్తున్న మోసం పిల్లలకు చుట్టుకుట్టుందని బాధపడుతుంది. సర్దిచెప్పుకుంటుంది. ఏడుస్తుంది. కూలబడుతుంది. మళ్ళీ ధైర్యంగా నడుస్తుంది.

***

కూతురు రహమత్ ని కదిరిలో ఉండే మొహమ్మద్ మున్నాకు ఇచ్చి పెళ్లి చేసింది. మున్నా మొదట టైలరింగ్ చేసేవాడు. అందులో సంపాదన అంతగా లేదని దొంగసారా అమ్మేవాడు. దాని వల్ల మున్నాను పోలీసులు అరెస్టు చేసేవారు. నెలలో పది రోజులు పోలీస్ స్టేషన్ లోనే ఉండేవాడు. ఆ సమయంలో రహమత్ పుట్టింటికి వచ్చేది. అన్నలకు చెల్లెలు పుట్టింటికి రావడం ఇష్టం ఉండేది కాదు. ఇల్లు, ఆస్తులు అమ్మ పేరుపైనే ఉన్నాయి కనుక ఏమి చెప్పలేకపోయారు. చెప్తే ఆస్తి రాదు. తల్లి కంటే అస్తే ఎక్కువని భావించారు. అది తప్పు కాదని వారి భావన. సమాజం మొత్తం అలానే ఉందని సాకు.

రహమత్ కంటే పదహైదు ఏళ్ళు పెద్దవాడు మున్నా. రహమత్ చాలా అమాయకురాలు. భర్తకు ఎదురుచెప్పే సాహసం చేయదు. ఎదురు చెప్పే అధికారం లేదు.

ఒకవేళ అధికారం తీసుకున్న సమాజం గుంజుకుంటుంది. ఆడదానివి నీకెందుకు అధికారం? అంటుంది. ఈటెల లాంటి మాటలతో పొడుస్తుంది. చంపదు. చచ్చేలా చేస్తుంది. ఆడది నోరెత్తితే గయ్యాళి అంటుంది. పొగరెక్కింది, బలిసింది, కొవ్వెకింది, మదమెక్కి కొట్టుకుంటోంది. ఎన్నో! ఎనెన్నో! రాయడానికి చేతులకే సిగ్గు పుట్టే మాటలు.

భర్త టైలరింగ్ మానేసి దొంగసారా అమ్మడం, మట్కా బీటరుగా ఉండటం అలవాటు చేసుకున్నాడు. నోరెత్తే సాహసం చేయలేదు. శారీరకంగా కూడా హింసించేవాడు. అనుమానిస్తాడు. బలవంతం చేస్తాడు. తనను వస్తువుగా విసిరేస్తాడు. అవసరమైనప్పుడు గుద్దుతాడు. పడక మీద గారాలు పోతాడు. సరిగా చేయలేదని దొమ్మలపై కొరుకుతాడు. నాకుతాడు, ఉమ్ముతాడు. మీద ఉచ్చపోస్తాడు. అదే మగతనం అనుకుంటాడు. వీరత్వానికి ప్రతీకని మురిసిపోతాడు. సమాజం ఆ అధికారం ఇచ్చిందని, తాను ఏమైనా చేయవచ్చునని నిఖా నిర్ధారించిందని సాక్ష్యం చూపుతాడు.

మాబున్ని అక్క అల్లుడిని మార్చుకోడానికి చేయని ప్రయత్నం అంటూ లేదు. పెద్దోళ్లను పిలిపిచ్చి పంచాయితి పెట్టించింది. కూతురిని హింసిస్తూన్నాడంటూ పోలీసు కేసు కూడా పెట్టింది. అయినా ఏం లాభం లేదు. మందు తాగి రహమత్ ని చితకబాదేవాడు. రహమత్ ని హింసించడానికి మున్నా చెప్పే కారణాల్లో మొదటిది 'నేను దీన్ని సుఖపెట్టడం లేదని పక్కింటి నాగరాజు కొడుకును ఉంచుకుంది.

ముసలోడిది ఏం బాగుంటుందని పడుచు కుర్రోన్ని వలలో వేసుకుంది. దొంగలంజ.. దీని పతీత వేషాలు నాకు తెలియదా?

వయసులో ఉన్న భార్య ఎవరితోనో అక్రమ సంబంధాలు పెట్టుకుంటోందని మున్నా అనుమానం. అనుమానాన్ని నమ్ముతాడు. బుర్రలో పెంచి పోషిస్తున్నాడు. ఏ మగాడితో మాట్లాడిన కొత్త మిండగాడా? అంటాడు. అందుకే రహమత్ ఎవరితో మాట్లాడేది కాదు. మాట్లాడితే మిండగాండ్ల సంఖ్య పెరుగుతుందని కాదు.

భర్తతో తన్నులు తినలేక, బూతులు వినలేక, అల్లా తన రాత అలా రాసిపెట్టినప్పుడు ఇంకేం చేయగలను అంటూ బాధపడేదే తప్పా భర్తకు మాత్రం ఎదురు తిరిగేది కాదు. ఎదురు తిరగాలని ఆలోచన వచ్చినా కుటుంబం, సమాజం దాన్ని బూడ్చి పెడతాయి. కుటుంబం తిడుతుంది. సమాజం నెడుతుంది. బతుకు రోడ్డులో పడుతుంది.

రహమత్ కి ఇద్దరు పిల్లలు. ఆ పిల్లోళ్లు కూడా తనకు పుట్టలేదని ఎవరికో పుట్టిన వాళ్లకు తనను తండ్రిని చేసిందని ఊరు ఊరంతా భార్యపై ప్రచారం చేసేవాడు. ప్రచారాన్ని నమ్మేలా చేశాడు. అలా నమ్మితేనే భార్యను వేధించవచ్చు. వేధించడం మగవారి హక్కులా భావించాడు. తాను ఎంతమందితోనైనా పడుకోవచ్చు అది మగవాడి లక్షణంగా, ఆభరణంగా, వీరత్వంగా తీర్మానించుకున్నాడు.

మున్నాను దొంగసారా కేసులో పోలీసులు తీసుకుపోవడంతో రహమత్ పిల్లలను తీసుకొని పుట్టింటికి వచ్చింది. పుట్టింటికి రావాల్సి వచ్చింది.

అన్నలు అస్యహించుకున్నా, తల్లి బాధపడినా, వీధిలో వాళ్లు గుసగుసలాడినా. వేరే అవకాశం లేదు. అవకాశం ఉన్న తల్లి దగ్గరకే వస్తుంది. అందుకే వచ్చింది. ఈ సారి మున్నాకు మూడు నెలలు జైలు శిక్ష కూడా పడటంతో రహమత్ పుట్టింటిలోనే ఉండాల్సి వచ్చింది. గత్యంతరం లేదు. వదిన ఈసడించుకున్నా, అన్న భారంగా చూసినా అక్కడే ఉండాలి. తనకున్న ఒకే ఒక ధైర్యం తల్లి.

ఇద్దరు పిల్లలను తీసుకొని చెల్లెలు ఇంట్లో ఉండటం అన్నలిద్దరికీ మింగుడుపడటం లేదు. అమ్మ సంపాదించేది చెల్లెలి పిల్లలకే ఇస్తోందని వారి అభిప్రాయం. ఆస్తిలో భాగం అడుగుతుందని భయం, కోపం. పెద్ద వదిన నజిరూన్ మాత్రం రహమత్ ని బాగా చూసుకునేది. పెద్ద వదిన మంచిదని చెప్పేదానికంటే ఆమె మాటకు ఇంట్లో విలువ లేని కారణంగా ఏది పట్టించుకునేది కాదు. ఆమె ఆరోగ్య సమస్యలే తనను సతమతం చేస్తున్నాయి. వేరే వాటి గురించి ఆలోచించే శక్తి ఒంట్లో లేదు. ఉన్నా భర్త గురించి, పిల్లల గురించి ఆలోచిస్తుంది. దానికంటే ముందుకు వెళ్లే ప్రయత్నం చేయదు.

చిన్న వదినకు, రహమత్ కు అసలు పడేది కాదు. చిన్న వదిన పేరు నూర్ జహాన్, అందగా ఉంటుంది. తన అందాన్ని ఎరగా వేసి చాలామందిని లోబరచుకోవడం అలవాటైన విద్య. విద్యను వలగా చేసుకుంటుంది. వలలో డబ్బున్న, మదమెక్కిన చేపలను పట్టడానికి ఎదురుచూస్తూ ఉంటుంది. చేపలను బండకేసి రుద్ది రుద్ది శాంతం నాకేస్తుంది. తన శరీర ఒంపు సొంపులను చూపించి కన్ను మీటుతుంది. పడక మీద పాములా బుసలు కొడుతుంది.

విషాన్ని అమృతంలా ఇసురుతుంది. తన అందాలే ముడిసరుకుగా చేసి వ్యాపారం చేస్తుంది. వ్యాపారంలో సంపాదిస్తుంది. వాంఛలు తీర్చుకుంటుంది. భయం, సిగ్గు లేకుండా అదే సరైన పద్ధతని శాసనం చేస్తుంది. రహమత్ కి చిన్న వదిన చేసే తప్పుడు పనులన్నీ తెలుసు అందుకే వారిద్దరికీ అసలు పడేది కాదు.

మాబున్ని కొడుకులిద్దరూ వైరింగ్ పనులు చేసేవారు. సంపాదించడానికి శతకోటి ప్రయత్నాలు చేసినట్లు, చేస్తున్నట్లు కలరింగ్ ఇస్తారు. ఒక్కోసారి రెండు, మూడు రోజులు కూడా ఇంటికి వచ్చేవారు కాదు. పని ఎక్కువగా ఉంటే రాత్రిళ్లు కూడా పనికిపోయే వారు. కొత్తగా కట్టిన ఇళ్లకు వైరింగ్ చేయడమే వాళ్ల పని. పగలు చేసే వెసులుబాటు ఉన్నా రాత్రే చేస్తారు. అలా చేయడానికి ఎవరి కారణాలు వారికి ఉన్నాయి.

భర్తలేని సమయంలో పక్కింటి మున్ని మొగుడిని ఇంట్లోకి తెచ్చుకునేది నూర్జహాన్. ఇద్దరూ కలిసి ముచ్చట్లు పెట్టుకునేవారు. వారి ముచ్చట అడ్డ పెదవులతో కంటే నిలువు పెదవులతోనే ఎక్కువగా ఉంటుంది. ఆ ముచ్చట్లతోనే ఆనందించేవారు, సుఖపడేవారు, విరహాన్ని చల్లార్చుకునేవారు. పొయ్యిలో మంటలు కాలిన తర్వాత సేద తీరేవారు.

దాన్ని మొదట గమనించింది రహమతే. వదినకు అది తప్పని చెప్పే ప్రయత్నం చేసింది కాని నీ పని నువ్వు చూసుకో నువ్వు మాత్రం పతివ్రతవా? మున్ని మొగుడు బాగా సంపాదిస్తున్నాడు ఒకరోజు వాడితో గడిపితే ఐదు వేలు ఇస్తాడు.

సుఖానికి సుఖం డబ్బుకు డబ్బు. మీ అన్న గురించి వేరే చెప్పాలా? తినడానికి ముందు ఉంటాడు కాని పడక గదిలో పెళ్ళాన్ని ఎలా సుఖపెట్టాలో? తెలియదు. వాడి కోసమని నా సుఖాలు వదులుకోవాలా? అంటూ ఎదురుతిరిగింది.

తనను రక్షించుకోడానికి ఆడపడుచును కూడా లంజను చేసింది. లంజతనంలో సుఖం ఎలా ఉంటుందో వివరించింది. డబ్బు ఎలా సంపాదించాలో మెలకువలు నేర్పే ప్రయత్నం చేసింది. భర్తపై నెపాన్ని మోపింది. గెలిచింది. గెలిచానని అనుకుంది. వాదనలో ముందు నేనే అనుకుంది. విజయాన్ని ఆపాదించుకొని గర్వపడింది.

వదిన అంత నీచంగా మాట్లాడటం రహమత్ కి నచ్చలేదు. మాటలు కాదు పని నచ్చలేదు. పని కంటే మాట్లాడిన మాటలే అసహ్యంగా అనిపించింది. శరీరం కంటే నోరే గబ్బుగా వాసన వస్తోందని తెలుసుకుంది. ఇంట్లో అమ్మకు చెప్తే గొడవలు అవుతాయి. తాను ఇంట్లో ఉండటం అన్నలకు ఇష్టం లేదు. అవన్నీ బయటపడితే కావాలనే చేస్తున్నాను అనుకుంటారని ఆ విషయాన్ని ఎవరికీ చెప్పలేదు. చెప్పే ధైర్యం లేదు. భర్త, వదిన ఇద్దరూ ఒకే గూడు పక్షులనుకుంది.

***

ఆరు నెలల తర్వాత పెళ్ళాన్ని ఇంటికి తీసుకెళ్ళడానికి మబున్ని అక్క ఇంటికి వెళ్ళాడు మున్నా. నిజానికి పెళ్ళాం కోసం వెళ్ళేవాడు కాదు. ఒంట్లో వేడిగా ఉంది. ఆరు నెలలు సుఖం లేక శరీరం పొయ్యి మీద ఉడికినట్టు ఉంది. భార్యను మానభంగం చేయాలి. మానభంగం చేసి విజయోత్సవం చేసుకోవాలి.

కింద భాగం ఎగిరి ఎగిరి పడుతోంది. చల్లార్చాలి. ఆమెను అతలాకుతలం చేయాలి, కుమ్మాలి. నడుములు ఇరగొట్టాలి, తొడలో మధ్య మరో మరణాన్ని వృద్ధి చేయాలి. శరీరంపై రక్త నదులు పారించాలి.

'నా బిడ్డను నీ దగ్గరకు పంపేది లేదు. నీ దగ్గర ఉంటే నా బిడ్డను చంపేస్తావు. ఊపిరి ఉన్నంతకాలం దాన్ని నా దగ్గరే పెట్టుకుంటాను. ఇంటిని మూడు భాగాలు చేసి పంచుతాను. నీ దగ్గరకు మాత్రం పంపేది లేదని తెగేసి చెప్పింది.'

ఆ తెగువలో మగవాళ్లపై నమ్మకం లేదు. కొడుకులు, అల్లుడు బిడ్డను చూసుకోరని భయం ఉంది. ఆ భయం సమాజంపై, మగజాతిపై.

'ఏంది... మామి(అత్త) అలా అంటావు? రహమత్ లేకపోతే నేనెలా బతకగలను? "అది నా ఇంటికి నూర్, నా జీవితానికి చాంద్ కా తుకడా" అది లేకపోతే నా జీవితం ఎందుకు? ఇదో పిల్లోల మీద ఒట్టేసి చెప్తున్నా రహమత్ ని బాగా చూసుకుంటా' అన్నాడు.

అనకపోతే సుఖం దొరకదు. సుఖం కోసమే అన్నాడు. సుఖం ఉచితంగా దొరకదు. బయటకు పోతే డబ్బు పోయాలి. అదే భార్య అయితే ఉచితం. భార్యకు ఇష్టం ఉన్నా, లేకున్నా అది తన సొత్తు, తన వస్తువు. ఎలా పడితే అలా వాడుకోవచ్చు. ఆ హక్కును కల్పించింది వివాహ వ్యవస్థ. భార్య తనకు బానిస, ఉంపుడుగత్తె, చెప్పినట్లు చేసే శృంగార భంగిమ.

'సాలు లేరా నీ దొంగ మాటలు ఎన్ని సార్లు చెప్పినావో! పెళ్లి అయినప్పటి నుండి కనీసం వందసార్లు రహమత్ ఇంటికి వచ్చింది. బిడ్డ ఇంటికి రావడం ఏ తల్లికైనా ఇష్టమే కాని ఇలా భర్త తప్పుడు పనులు చేసి పోలీసు స్టేషన్ లకు, జైళ్లకు పోతాంటే పిల్లోళ్లను ఏసుకొని అది ఇంటికి వస్తాంటే ఊళ్లో అందరూ ఉమ్ముతాండారు. నువ్వు సచ్చినావు అనుకోని నా బిడ్డను నా దగ్గరే పెట్టుకుంటా! ముందు నువ్వు నా ఇంటి గడప దాటు' అనింది.

చెప్పగలిగింది కాని చేయలేదు. కూతురిని ఇంట్లో పెట్టుకుంటే వచ్చే కష్టాలు తెలుసు. సమాజం ఏమంటుందో కూడా తెలుసు. కూతురికి ఇంట్లో హక్కు లేదు. పెళ్ళైన తర్వాత హక్కు కోల్పోతుంది. కోల్పోయేలా చేస్తారు. లేకపోతే తమ ఉనికి ఉండదు. అందుకే కూతురు నెగిటివ్ పాయింట్. రహమత్ వైపు చూస్తూ 'ఏమే? నీకు మొగుడు అవసరం లేదా? ఈ బజారు కొంపలో ఉండి బజారుదానివి అవుతావా?'

రహమత్ కి ఆశ్చర్యంగా అనిపించింది తానెప్పుడు ఉత్తమురాలు అయ్యింది. తానొక లంజ, అనేకమంది మిండగాండ్లు ఉన్నారు. చెట్టుకొక మిండగాడు, పుట్టుకొక మిండగాడు, వీధి వీధిలో ఒక మిండగాడు. లెక్కపక్కా లేని మిండగాండ్ల యవ్వారం కదా! తనది. ఇవన్నీ తన భర్తే తనకు చెప్పాడు. ఆ భ్రమలోనే ఉంది. అదే నిజమని నమ్మింది. అసత్యాన్ని సత్యంగా చూడసాగింది.

వెంటనే నూర్జహాన్ కలగజేసుకొని 'మాటలు దగ్గర పెట్టుకొని మాట్లాడు. బజారు కొంపలు అంటే బాగుండదు.'

గుమ్మడికాయల దొంగ ఎవరంటే? భుజాలు తడుముకున్నట్టు తడుముకుంది. ఏదో ఒకటి మాట్లాడాలి లేదంటే రహమత్ ఇంట్లోనే ఉంటుందని భయపడి మాట్లాడింది.

రహమత్ ఇంట్లో ఉంటే తనకు ఉన్న చిక్కులు తొలగవని మాట్లాడింది. 'అవ్ అవ్ ఉన్న విషయం చెపితే ఉలికిపాటు ఎక్కువని ఉన్నదే కదా చెప్పిండేది. ఈ ఇంట్లో జరిగే యవ్వారాలు నాకు తెలియదు అనుకోవద్దు.'

'ఏంది? నీకు తెలిసేది. నీ భార్య కోసం వచ్చినోడివి దాన్ని తీసుకొని ఇల్లు దాటు' ఈ విషయం చెప్పడానికే మాట్లాడింది. అదే తన అంతిమ మాట.

'ఏమే..? రహమత్ బజారు ముండలతో నన్ను అనిపిస్తున్నవా?' అనగానే 'ఏం.. రా? పోరంబోకు నాయాలా.. ముండా, గిండా అంటున్నావు' అంటూ మున్నాపైకి తిట్ల పురాణం ఎత్తుకుంది.

నిజం చెప్పాడని తనకు తెలిసినా కావాలనే గొడవ పెదద్ది చేయడానికే మాట్లాడింది. అలా బూతులు తిడితేనే తన ప్లాన్ సాగుతుందని నిర్ధారించుకుంది. అదంతా చూస్తున్న మాబున్ని అక్కకు ఏం అర్థం కావడం లేదు.

వెంటనే 'ఒరేయ్ మున్నా! ఎందుకురా నా కోడల్ని బజారుముండ అన్నావు? ఏమైనా ఉంటే నాతో మాట్లాడు, నా కోడల్ని ఎందుకు తిడుతున్నావు?'

'నేను ఎవరినీ తిట్టాలానుకోవడం లేదు. నా భార్య ఇక్కడుంటే నీ చిన్న కోడలు లాగా మిండగాల్లకు రుచి మరుగుతుందని నా భయం.'

బయటకు ఆ మాట అన్నాడు కాని తన భార్య ఎంతో మందితో కులుకుతోందని బాగా నమ్ముతాడు. తను లేని ఆరు నెలలు కూడా ఎంతమందితో పడుకుందో లెక్కలు కూడా వేసుకున్నాడు. ఎవరెవరితో రంకు కట్టాలో చిట్టా సిద్ధపరుచుకున్నాడు. నెమ్మదిగా చిట్టా విప్పుతాడు. అన్యాయపు కొరడ జులిపిస్తాడు.

'ఏం మాట్లాడుతున్నావురా? నీకేమైనా తల తిరుగుతోందా? ముందు నా ఇల్లు దాటు'

'దాటుత దాటుత నేనేమి నీ ఇంట్లో ఉండటానికి రాలేదు. నా భార్యను పంపితే వెళ్ళిపోతా'

'చెప్పాను కదా! అది రాదు నీకు తలాక్ ఇచ్చేస్తుంది.' మనసు లోపలి నుండి వచ్చిన మాటలు కాదు. భయపెట్టడానికి, భయపడడు అని తెలిసి కూడా ప్రయత్నం చేయడానికి, ప్రయత్నం విఫలమౌతుందని తెలిసి కూడా తల్లిగా తన పాత్రను పోషించడానికి ఆశతో బాధతో, కోపంతో, నిస్సహాయతతో.

'బిడ్డతో కూడా లంజ పని చేయించాలనుకుంటున్నావా?' అనగానే మాబున్ని అక్క చెప్పు తీసుకొని మున్నాను కొట్టింది. అదే అవకాశమని భావించింది. అవకాశాన్ని వినియోగించుకుంది.

కసి తీర్చుకుంది. అల్లుడిపై కాదు మగ అహంకారంపై, పురుష పురుగులపై, మదపుటేనుగులపై.

అదే అదునుగా నూర్జహాన్ కూడా మున్నాను కట్టెతో బాదింది. గొడవ పెదద్ది చేయడానికి, తన అడ్డంకులను తొలగించుకోడానికి. వాళ్లను విడిపించే ప్రయత్నంలో రహమత్ మెట్ల మీద నుండి కింద పడిపోయింది. పడిందో.. పడేసారో తెలియదు. తెలిసినా ఏమి చేయలేదు. చేయాలనీ అనుకోవడం లేదు.

తలకు పెద్ద గాయమైంది. వెంటనే మాబున్ని అక్క తేరుకొని సంపేసినాడే నా కొడుకులు ఇంట్లో లేని సమయంలో ఈ మున్నా గాడు రహమత్ ని చంపినాడు తల్లో అంటూ కేకలు పెట్టింది. వీధిలో వాళ్ళంతా గుమిగూడారు. రహమత్ తలకు గుడ్డ చుట్టి సోమిరెడ్డి ఆసుపత్రికి తీసుకెళ్లారు. రెండు సూదులు వేసి, తలకు కట్టు కట్టి, మందు బిల్లులు రాసి ఇచ్చాడు. రహమత్ ని ఇంటికి తీసుకువెళ్లారు.

అన్నలిద్దరూ ఇంటికి వచ్చి రహమత్ ఎలా ఉందో కూడా కనుక్కోకుండా ‘అమ్మా! ఆడపిల్లకు పెళ్లి చేసిన తర్వాత ఎన్ని కష్టాలు ఉన్నా మొగుని దగ్గరే ఉండాలి. ఇక్కడెలా ఉంటుంది? దాన్ని మున్నా గాడితో పంపెయ్’ పెద్దకొడుకు బాబావలి ప్రకటించాడు.

'అయినా పెళ్లి చేసిన తర్వాత దానికి ఇంట్లో భాగం ఎలా ఉంటుంది? అది ఇంట్లో ఉంటే మేము యాడికి పోవాలా? అదును దొరకడంతో మనసులో మాట బయటపెట్టాడు చిన్నకొడుకు మాఫిర్.'

'ఏందిరా? దానికి బాగాలేకపోతే ఎలా ఉందని కూడా అడగకుండా ఈ మాటలు. అయినా ఈ ఆస్తి మీ అబ్బ ఏమైనా సంపాదించాడనుకున్నారా? లేదంటే మీ నాయన సంపాదన అనుకుంటున్నారా? నేను కష్టపడి సంపాదించింది. ముగ్గురికి సమానంగా ఇచ్చే హక్కు నాకుంది.'

హక్కు నాకుందని చెప్పకపోతే హక్కు కోల్పోతుంది. కోల్పోయేలా చేస్తారు. ఎందుకంటే సమాజంలో అదే నడుస్తోంది. అందుకే హక్కుల గురించి పదే పదే మాట్లాడుతుంది. భయం వల్ల, భీతి వల్ల, అధైర్యం వల్ల.

'అయితే నువ్వే దాన్ని పెట్టుకొని ఉండు. మేము ఈ ఇంటి నుండి వెళ్లిపోతాము. మాయదారి ముండ అన్నలకు శనిలా తయారైంది దీని మొగుడేమో మా భార్యలను బజారు ముండలు అంటున్నాడు ఈ ఇంట్లో ఒక్కక్షణం ఉండనంటూ మాఫిర్ తల్లిపై ఎగిరాడు.'

పనిలో పనిగా వదినను కూడా లంజను చేశాడు. భార్యకు జత ఉండాలనుకున్నాడు. భార్యను మాత్రమే అలా అంటే బాగుండదనుకున్నాడు. తనను కూడా కల్పుకొని బలాన్ని పెంచుకోవాలని ఆశ.

'అన్నయ్య వదినను అలా అనడం ఆయన తప్పే కాదనను కాని నీ భార్య ఏం చేస్తుందో తెలుసా!?' 'నాకు అన్నీ తెలుసు. ఎవరూ? ఏది చెప్పాల్సిన అవసరం లేదు. అదేం చేసినా నాకు చెప్పే చేస్తోంది.

నేనే కావాలని వారానికి రెండు రోజులు రాత్రి పూట పని కల్పించుకొని వేరే ఊరికి పోతాండా. సమాజంలో ఎవరూ చేయని పనేమీ నా భార్య చేయడం లేదు. ఏదో ఒకటి చేస్తేనే కదా! మా బతుకులు మారేది. నీకేమి నువ్వు ఎన్ని అయినా మాట్లాడతావు. నీ పిల్లలకు అటు భర్త ఆస్తి, ఇటు అమ్మ ఆస్తి వస్తుంది. నాకుండేది ఒకే ఒక కొడుకు వాడి జీవితం కోసమే ఇదంతా.' సర్దిచెప్పుకున్నాడు. సర్దిచెప్పుకోకపోతే భార్య వదిలేస్తుందని, ఆ కాస్త సుఖమైన దొరకదని.

చిన్న అన్న మాటలు విన్న రహమత్ కి ఒక్కక్షణం కూడా అక్కడ ఉండబుద్ధి కాలేదు. ఉంటే తనను కూడా లంజపని చేయమంటాడని భయపడింది. బెదురుకుంది. వణికింది. కుంగింది. ఇన్ని రోజులు అన్న కళ్ళు కప్పి వదిన పాడు పనులు చేస్తోందనుకుంది కాని అన్న సహకారంతోనే ఇదంతా నడుస్తోందని అనుకోలేదు. ఆ మాటలు విన్న తర్వాత రహమత్ కి అన్నతో మాట్లాడబుద్ధి కాలేదు. మాట్లాడటానికి ఏమీ లేదు కూడా. 'అమ్మా! నేను.. నా భర్త దగ్గరకు వెళ్ళిపోతాను. నీ ఆస్తి వద్దు, ఈ ఇల్లు వద్దు. నా భర్త అనుమానిస్తాడే కాని నన్ను ఇంకొకక్కరి దగ్గర పడుకోబెట్టడు' అంటూ భర్తను తీసుకొని రహమత్ కదిరికి వెళ్ళిపోయింది.

ఆ క్షణం అతి దుర్మార్గుడి కంటే దుర్మార్గుడే మంచిదనుకుంది. భర్త దగ్గర ఉన్న అనుమానం పుట్టింటిలో నిజం అవుతుందేమోనని హడలిపోయింది.

నాకు తెలియకుండా చిన్న కోడలు, చిన్న కొడుకు ఇంతటి పనికిమాలిన పనులు చేస్తున్నారా! చిన్న వయసులోనే భర్త చనిపోతే నా జీవితాన్ని మొత్తం ధారపోసి మళ్ళీ పెళ్లి చేసుకోమని మా అక్క ఎంత బతిమిలాడిన పిల్లల కోసం పెళ్లి వద్దని నాకు తెలిసిన విద్యతో పెంచి, పోషించి ఊళ్లో మంచి పేరు తెచ్చుకున్న నన్ను చూస్తే ఊరు ఊరంతా చేతులెత్తి నమస్కరిస్తుంది. అలాంటిది నా కొడుకు, కోడలు ఇలాంటి తప్పుడు పనులు చేస్తున్నారని తెలిస్తే నాకు గౌరవం ఇస్తారా? మళ్ళీ నా జీవితం మొదటిలాగే అయిపోతుందా! చిన్నోడికి వాళ్ల నాయన పోలికలు, ఆలోచనలు వచ్చాయా అంటూ మాబున్ని అక్క కుమిలిపోయింది.

***

నిజానికి మాబున్ని అక్క గత జీవితం అత్యంత దుర్భరమైనది. ఆమె పుట్టినప్పుడే తల్లిని కోల్పోయింది. సంవత్సరం వయసు ఉన్నప్పుడు తండ్రిని కూడా కోల్పోయింది.

కోల్పోవడం అలవాటయ్యింది. అలవాటు చేసుకోవాల్సి వచ్చింది. ఆ తర్వాత వాళ్ల అక్క బీబిజాన్ తనను సొంత కూతురిలా పెంచి, పెళ్లి చేసింది.

మాబున్ని అక్క కంటే ఇరవై సంవత్సరాలు పెద్దవాడు భర్త ఫక్రుద్దీన్. పెళ్ళికి ముందు ఫక్రుద్దీన్ కొలిమి పని చేసేవాడు. కొలిమి పని అంటే ఇనుప పనిముట్లు తయారుచేసే చోటు. అక్కడ మచ్చుకొత్తులు, నాగలి, కొడవలి, గొడ్డలి, పార, గునపము, గడ్డపార, పిక్కాసు అలా రైతులకు అవసరమైన పనిముట్లు తయారు చేస్తారు. ఫక్రుద్దీన్ రోజూ కూలికి వెళ్ళేవాడు.

రోజుకు పది రూపాయలు ఇచ్చేవారు. ఆ డబ్బు తాగడానికే సరిపోయేది కాదు. అందుకే ఆ పని మానేసి నాటు సారా అమ్మేవాడు.

ఇంట్లోనే దొంగసారా సీసాలు పెట్టుకొని అమ్మడం అలవాటు చేసుకున్నాడు. మాబున్ని అక్క ఎంత గొడవ చేసినా వినేవాడు కాదు. తాగడానికి వచ్చిన చాలామంది మాబున్ని అక్కను ఓరగా చూసేవారు. మాబున్ని అక్క ఒంపుసొంపులపై చర్చలు చేసేవారు. అది ఫక్రుద్దిన్ కి తెలుసు. అయినా ఏమనేవాడు కాదు. ఆ సాకుతోనైనా సారా తాగడానికి చాలామంది వస్తారని.

ఒకరోజు నూర్ భాష మాబున్ని అక్కను బలవంతం చేయబోయాడు. పక్కనే ఉన్న ముళ్లకర్ర తీసుకొని నూర్ భాషను బాదింది. ఇది తెలుసుకున్న ఫక్రుద్దిన్ నూర్ భాషను ఏమి అనకుండా మాబున్ని అక్కపై ఇంతెత్తు ఎగిరినాడు.

'ఏమే? నా యాపారం చెడగొట్టటానికే కదా! నూర్ భాషను కొట్టినావు. పది నిముషాలు కళ్ళు మూసుకుంటే నీ సొమ్ము ఏమైతుందని? అయినా నేను ముసలి ముండాకొడుకును, వాడు మాంచి వయసులో ఉన్నాడు కదా! రంజుగా ఉంటుంది. నాకు తెలుసు నీకు కూడా ఇష్టమేనని నా దగ్గర దొంగ నాటకాలు ఆడొద్దు. ఈసారి వాడు చెప్పినట్టు చెయ్. లేదంటే మక్కెల్ ఇరగ్గొడత' అన్నాడు.

తనకు కూడా ఇష్టమేనని తేల్చేశాడు. తాను భర్తతో సుఖపడటం లేదు కనుక వాడితో పడుకోమన్నాడు.

పడుకుంటే డబ్బు జమ చేసుకుంటాడు. లంజను చేస్తాడు. సారా వ్యాపారంతో పాటు లంజ కొంపను కూడా నడుపుతాడు.

భర్త అంతటి నీచుడని తెలుసుకున్న మాబున్ని అక్కకు ఒళ్లు కంపరమేసింది అలాంటి వాడితో మాట్లాడటం వృధా అనుకుంది. ఏం మాట్లాడాలో తెలియదు. మాట్లాడిన ప్రయోజనం లేదు. కొన్ని మృగాలు తాము వేటాడిన వేటను మరో మృగంతో పంచుకోవు. మరి వీడు?

తన శరీరాన్ని కాపాడుకోవడం దిన దిన గండం అయ్యింది. ఏ భర్త అయినా తన భార్య జోలుకు వస్తే తట్టుకోలేడు దానికి కారణం మగ అహంకారం, భార్యను ఇతరుల దగ్గర పండబెడితే అవమానం. భర్తలు వేరే ఆడోళ్ల దగ్గర పడుకుంటే వీరత్వం, మన్మధుడు, కృష్ణుడు. తన భర్త మాత్రం అసలు పట్టించుకోవడం లేదు కదా నీచమైన పనులు చేయమని చెప్తున్నాడు. మాబున్ని అక్క జీర్ణం చేసుకోలేకపోయింది. ఇంట్లో నాటుసారా అమ్మితే మగవాళ్లు ఇంటికి వస్తూనే ఉంటారు. ఇంట్లో నాటుసారా అమ్ముతున్నాడని పోలీసులకు సమాచారం అందివ్వమని ఎదురింటి బసిరూన్ కి చెప్పింది. అలా బసిరూన్ సహాయంతో ఫక్రుద్దీన్ నాటుసారా వ్యాపారాన్ని అడ్డుకోగలిగింది.

ఆ తర్వాత ఫక్రుద్దీన్ పై పోలీసులు నిఘా పెట్టడంతో నాటుసారా అమ్మడానికి కుదరకపోయింది. మళ్ళీ కొన్ని రోజుల పాటు ఫక్రుద్దీన్ కొలిమి పనికే పోయాడు. భార్యను గుర్రుగా చూసాడు. కొట్టాడు, బూతులు తిట్టాడు, తన ప్రతీకారం తీర్చుకొని.. గతిలేక పనికి వెళ్ళాడు.

ఫక్రుద్దీన్ మారిపోయాడని అనుకునే లోపే దొంగనోట్లు మార్పిడి చేసే ముఠాతో చేతులు కలిపాడు. ఫక్రుద్దీన్ తో పాటు ఆ ముఠాలో పదిమంది ఉంటారు. తెల్లకాగితాలను పది రూపాయల నోటు సైజులో కత్తిరించి వంద నోట్లను.. ఒక కట్టగా చేస్తారు. ఆ కట్టలో పైన ఒక పది రూపాయలు నోటు, కట్ట కింద ఒక పది రూపాయల నోటు పెట్టి పులివెందుల చుట్టు పక్కల పల్లెలైనా నలుపురెడ్డిపల్లె, వేముల, వేల్పుల, కృష్ణంగారిపల్లె, సారాపల్లె లాంటి పల్లెలకు పోయి ఐదు వేలు ఇస్తే పది వేల రూపాయల దొంగ నోట్లు ఇస్తామని, ఆ నోట్లు కూడా అచ్చం నిజం నోట్లు లాగే ఉంటాయని చెప్పి అమాయక ప్రజలను మోసం చేసేవారు. వాళ్లు మోసపోయేవారు. మోసపోవడం వారి లక్షణం, అమాయకత్వం. మోసం చేయడం వీళ్ళ వృత్తి, తెలివి. వాళ్ల దురాశే వీళ్ళ పెట్టుబడి. వాళ్ల అమాయకత్వమే వీళ్ళ లాభం.

మొదట ఫక్రుద్దీన్ వెళ్లి విషయం మాట్లాడుకొని వస్తాడు. ఊళ్లో అయితే సమస్య అవుతుంది. ఊరు బయట ఒక ప్రదేశం చెప్పి అక్కడకు డబ్బు తీసుకువస్తే దొంగనోట్లు ఇస్తానని వివరిస్తాడు. ఆ ప్రదేశంలో మంచి నోట్లు తీసుకొని దొంగనోట్లు వాళ్ళకు ఇచ్చే సమయంలో అక్కడికి టక్కున పోలీసులు వస్తారు. ఫక్రుద్దీన్ ముఠా డబ్బును తీసుకొని పారిపోతారు. దొంగనోట్లను పోలీసులు తీసుకుంటారు. ఆ పోలీసులు ఎవరో కాదు ఫక్రుద్దీన్ ముఠా సభ్యులే. ఇలా ఫక్రుద్దీన్ దొంగ నోట్ల వ్యాపారం 'మూడు పువ్వులు ఆరు కాయలు' లాగా సాగేది. దురాశపరులు, సోమరులు, అమాయకులు, మొద్దులు, అజ్ఞానులు, ధైర్యంలేనివారు, మాట్లాడలేని వారు, ప్రశ్నించలేని వారు ఉన్నంతవరకు.

ఫక్రుద్దీన్ చేసే దొంగ నోట్ల వ్యాపారం గురించి ఊరు ఊరంతా తెలుసు కాని ఆ పోలీసులు నిజమైన వారేనని అందరూ అనుకునేవారు. ఒకసారి ఇలాగే చిన్న రంగాపురంకు చెందిన కానిస్టేబుల్ కొడుకును మోసం చేయడానికి స్కెచ్ వేశారు. అనుకున్న ప్రకారమే అతని దగ్గర నుండి ముప్పై వేలు డబ్బులు తీసుకొని అక్కడి నుండి పరారయ్యారు. అతను విషయం మొత్తం తండ్రితో చెప్పడంతో ఫక్రుద్దీన్ ని పోలీసులు పట్టుకున్నారు.

ఇన్ని రోజులు ఫక్రుద్దీన్ చేసిన దొంగనోట్ల వ్యాపారం ఒక ఎత్తు అయితే నకిలీ పోలీసులను సృష్టించి ప్రజలను బురిడీ కొట్టించడం నిజమైన పోలీసులకు తల కొట్టేసినట్టు అయ్యింది. కొన్నిసార్లు నిజమైన వారి పేరు ముందు, వ్యవస్థ ముందు నిజం అని పెట్టుకోవాలి లేదంటే చెల్లుబాటు అవ్వడం కష్టం.

ఫక్రుద్దీన్ పై నాటుసార, దొంగనోట్లు, అమ్మాయిలను అమ్మడం లాంటి నేరాలు మోపి కోర్టులో హాజరు పరిచారు. కోర్టు నాలుగేళ్లు జైలు శిక్ష ఖరారు చేసింది. అప్పటి నుండి మాబున్ని అక్క ఒంటరిదైయ్యింది. ఒంటరిగా ఉండటానికి ఇష్టపడింది. భర్త వేధింపులు లేవని సంతోషపడింది. సంబరం చేసుకుంది. బయటకు కన్నీరు కార్చింది.

మొదట్లో పూలు కుట్టుకొని పిల్లలను సాకేది. ఆ డబ్బు సరిపోవడం లేదని 'సలిపిరి' మందు, తాయెత్తులు ఇవ్వడం మొదలు పెట్టింది. ఆ తర్వాత జైలు నుంచి వచ్చిన ఫక్రుద్దీన్ మాబున్ని అక్కను డబ్బు కోసం కొట్టేవాడు.

తన దగ్గర డబ్బు దొంగలించి తాగేవాడు. తాగి ఇంటికి వచ్చి మాబున్ని అక్కను బలవంతం చేసేవాడు.

'పిల్లల ముందే బట్టలు విప్పి రావే నీకు స్వర్గం చూపిస్తా అనేవాడు.' తండ్రి ఏం చేస్తున్నాడో! అర్థం కాని పిల్లలు గొంగేలు పెట్టి ఏడ్చేవారు. మాబున్ని అక్క ఫక్రుద్దీన్ ని దగ్గరకు రానిచ్చేది కాదు. కోరిక ఉన్నా చంపుకునేది. మనుషులతోనే సంసారం చేయాలని నమ్మింది. ఇక గత్యంతరంలేక కొలిమి పనిలో పరిచయమైనా నాగమ్మను పెట్టుకొని ఇంట్లో ఉన్న డబ్బు మొత్తం ఆమెకు ఇచ్చేవాడు.

అలా తాగి తాగి ఊపిరితిత్తుల రోగంతో ఫక్రుద్దీన్ చచ్చిపోయాడు. పీడ విరగడ అయ్యింది. శవాన్ని ఇంట్లో నుండి ఎప్పుడు ఎత్తుతారని ఎదురుచూసింది. శవాన్ని కూడా అస్యహించుకుంది. గాజులు పగిలిపోయినా, మెళ్ళో తాళిబొట్టు తెగిపోయినా, బోసిపోయిన మెడతో సుఖంగా ఉండవచ్చు అనుకుంది. మెట్టెలు విసిరేసింది. అవి ఉన్నా, లేకపోయినా పెద్ద తేడా లేదనిపిచ్చింది. నిజానికి అవే తనను గంగిరెద్దును చేసాయని బలంగా నమ్మింది. విముక్తి పొందింది. స్త్రీ జాతి విముక్తి పొందాలని ఆశ పడింది. ఒక్క కన్నీటి చుక్క కూడా కార్చలేదు. కార్చి కన్నీళ్లను మలిన పరచడం ఇష్టంలేక.

భర్త లక్షణాలే చిన్న కొడుకుకు వచ్చాయని, మొగ్గలోనే తుంచకపోతే పెరిగి పెరిగి మాను అవుతుంది అనుకుంది. వాడికంటే బుద్ధి లేదులే మరి కోడలికి ఏమైంది? డబ్బు కోసం బరితెగించి అలాంటి పనులా చేసేది.

'ఏమే నూర్జహాన్? ఏం జరుగుతాంది ఇంట్లో? వాడేమో! ఏదేదో మాట్లాడతాండు అట్టాంటి పన్లు చేస్తే ఈధిలో వాళ్లు ఉమ్ముతారే. ఆడదానికి డబ్బు కాదే మానం ముఖ్యం. నా మాట విని అలాంటి పనులు చేయద్దు.'

'బాగానే చెప్తాండవే నీ చిన్నకొడుకు పెళ్ళాన్ని సుఖపెట్టే మొగోడు కాదు. అందుకే నేను మున్ని మొగుడిని తగులుకున్న ముసిలోనికి ఇచ్చి పెళ్లి చేసి మా నాయన నా గొంతు కోసినాడు. సరే అని సంసారం చేస్తి. పుట్టిన ఒక్క పిల్లగాడు కూడా పిచ్చోడు పుట్టినాడు. వాడి మందు ఖర్చులకు కూడా నీ కొడుకు సంపాదన సరిపోవడం లేదు. నేను బయటకు పోయి ఏం పని చేసేది? వాడైతే నాకు కావాల్సిన డబ్బు ఇస్తాడు. వారానికి ఒకసారైన నేను ఆడదాన్ననే విషయం గుర్తు చేస్తాడు.' ఉన్నది ఉన్నట్లు, బల్ల గుద్దినట్లు, మొహమాటం లేకుండా, సుత్తి లేకుండా సూటిగా చెప్పింది.

'ఏందే? ఇంత ఇడిసి మాట్లాడతాండవు, అత్తతో ఇట్టేనా మాట్లాడేది? కోడలు చేసిన పని కంటే తన దగ్గర అలా మాట్లాడటం ఓర్వలేకపోయింది. మీ నాయనను పిలిపి నీ కథ ఆయప్పతోనే తేల్చుకుంటా! నా కొడుకు సుఖపెట్టకపోతే తలాక్ ఇచ్చేసి మున్ని మొగుడ్నే నిఖా చేసుకో' ఇలా నా ఇంటి పరువు బజారు పాలు చేయద్దని కసురుకుంటూ అక్కడి నుండి వెళ్ళిపోయింది.

ఇంటికి పరువు లేదని తెలుసు. తన మొగుడు ఎప్పుడో ఆ పరువు తీశాడని తెలుసు అయినా మాట్లాడాలి కాబట్టి మాట్లాడింది. ఇంకేం లేదు కాబట్టి మాట్లాడింది.

'ఇడిసింది ఈదికి పెద్ద' అని సిగ్గు ఎగ్గు లేకుండా మాట్లాడే లంజలతో ఏం మాట్లాడతాము? దూరపు చుట్టాల ముండని తెచ్చుకుంటే ఇంటిని సాలె కొంప చేసేటట్లే ఉంది. పెద్దోనికి ఇద్దరు ఆడపిల్లలు ఉన్నారు. ఈమ్మి ఇట్ల చేస్తే పిల్లోళ్లు కూడా నేర్చుకోరూ? దీన్ని ఇంటి నుండి తరిమేయాలి లేదంటే ఇంటి గుట్టు బజారు పాలు అవుతుందని పెద్ద కోడలు దగ్గరకు వెళ్ళి నూర్జహాన్ నాయనకు ఫోన్ చేసి ఇంటికి రమ్మని చెప్పు అనింది. మరుసటి రోజే నూర్జహాన్ నాయన మాబున్ని అక్క ఇంటికి వెళ్లాడు.

'ఏమైంది అక్క? ఎందుకు? ఉన్నఫలంగా రమన్నావట పిల్ల ఏమైనా గొడవ చేసిందా? చెప్పక్కా! తల్లి లేని పిల్ల ఏమైనా చిన్న చిన్న తప్పులు చేసింటే కడుపులో పెట్టుకో క్కా' పెట్టుకోకపోతే బిడ్డ ఇంటికి వస్తుందని భయం. బిడ్డ ఇంటికి వస్తే తప్పు ఎవరిదైనా కానీ ఆడదాన్నే అంటారు. ఏం చేసిందో?! భర్త వదిలేశాడు. ఎందుకో భర్తలే వదిలేస్తారు. భార్యలు వదిలేయరు. ఆ కాలం కూడా వస్తుంది. రావాలి.

'నువ్వు చెప్పినట్టు చిన్న చిన్న తప్పులే అయితే అట్టే చేసేదాన్ని నీ కూతురు బరి తెగించి పక్కింటి మున్ని మొగుడుతో కులుకుతోంది. నా ఇంటి పరువు తీస్తోంది. అది నా ఇంట్లో వద్దు. నా కొడుక్కి ఇంకో నిఖా చేస్తా. ఆయమ్మిని తోలుకుపో. అది ఈ ఇంటికి సరిపోయేది కాదు.' 'అక్కా! అక్కా! తల్లి లేని పిల్లపై అలాంటి మాటలు మాట్లాడకు. అది నా పెంపకంలో పెరిగిన పిల్ల అలాంటి పనులు ఎప్పటికీ చేయదు.'

'నా నోటితో ఎందుకు కానీ దాన్నే పిలిచి అడుగు.. సిగ్గు లేకుండా చెప్తుంది. అంత తెగించిన ఆడదాన్ని నేను యాడ సూడలే'

మాట్లాడుకుంటూ ఉండగానే నూర్జహాన్.. మొగుడికి ఫోన్ చేసి ఇంటికి రమ్మని చెప్పింది. వరండాలోకి వచ్చి 'నాయన నువ్వు ముందు అన్నం తిందువు కాని కాళ్లు, చేతులు కడుక్కోపో ఆయప్ప వస్తాడు' అన్ని విషయాలు ఆయప్పే నీకు చెప్తాడు.

'సరే సరే కాని అన్నానిది ఏముంది? మాబున్ని అక్క నీ మీద ఏమేమో చెప్తోంది. అసలు అక్కకు అనుమానం వచ్చేలా ఏం చేశావు నువ్వు?' అది అనుమానం కాదని తెలుసు. బిడ్డ బతుకు రోడ్డు మీద పడకూడదని, బిడ్డను భర్త వదలకూడదని.

'ఇందులో అనుమానం ఏమి లేదు, ఆయమ్మ ఉన్నదే చెప్పింది'

'ఏందే! నువ్వు మాట్లాడేది?' 'చెప్పినాను కదా! ఆయన ఇంటికి వచ్చినాక అన్ని విషయాలు చెప్తాడని' అంటూ ఇంట్లోకి వెళ్లి వాకిలి వేసుకుంది.

'చూడు తమ్ముడు! అంత లేనిదే ఆడపాప మీద ఇలాంటి మాటలు మాట్లాడతానా? నా ఇంట్లో దానికి స్థలం లేదు. వెంటనే తోలుకుపో అంటుండగానే'

'ఏం.. మ్మా..? అది నీ కోడలు కాదా? నేను నీ కొడుకును కాదా? నేను ఏమైనా నాయన ఉంచుకున్న దానికి పుట్టినానా? మేము యాడికి పోయేది లేదు.

ఇంటిని నాకు, అన్నకు చెరిసగం పంచు మధ్యలో గోడ కట్టుకొని ఎవరి ఇంట్లో వాళ్లు ఉంటామన్నాడు మాఫిర్'

'నా ఒంట్లో పానం ఉండగా ఇంటిని రెండు భాగాలు చేసేది లేదు. ఇది నా కష్టం రూపాయి రూపాయి పోగు చేసి కట్టుకున్న ఇల్లు. ఏమైనా ఉంటే.. నేను చచ్చిన తర్వాత చూసుకోండి. ఆయమ్మి మంచిది కాదని తెలిసి కూడా నువ్వు దాంతో సంసారం చేస్తా అంటున్నావంటే నువ్వు ఎంత మాత్రం మొగోనివో తెలుస్తాందిలే. ముందు మీరిద్దరూ నా ఇల్లు దాటండి.' కోడలు తప్పుడు పని చేస్తోంది అనేదాని కంటే బిడ్డ ఇల్లు అడుగుతున్నాడనే భయంతో మాట్లాడింది.

'అట్టే గానిలే నాకు నా భార్య కావాలి, నువ్వేమి ఇంగో నాలుగు రోజుల్లో పుటుక్కుమంటావు. ఆ తర్వాత ఎలాగో నాకు ఆస్తి వస్తుంది. ఇప్పుడు మాత్రం మేము మున్నీ వాళ్ల ఇంట్లోనే కింద పోర్షన్ లోకి అద్దెకు పోతున్నాము అన్నాడు మాఫిర్.'

మాఫిర్ ఇంటి నుండి బయటకు పోతే తనకు ఇద్దరు ఆడపిల్లలు ఉన్నారని చెప్పి ఇంటిని మొత్తం తన పేరు మీదికే రాయించుకోవాలనే ఆలోచనలో ఉన్నాడు. మాబున్ని అక్క పెద్ద కొడుకు బాబావలి.

తల్లిలేని పిల్లని గారాబం చేసి పెంచితే ఇలాంటి పనులా చేసేది అంటూ కూతురిని కొట్టబోయాడు, నటించాడు. తనకు వేరే గతి లేదు. అల్లుడు కూతురి వైపు ఉన్నాడు కాబట్టి ఏదో ఒకటి చెప్పి అక్కడి నుండి వెళ్లాలనుకున్నాడు.

అదృష్టం బాగుండి అల్లుడు అడ్డు తగిలి నువ్వేమి తక్కువ కాదు కాని పల్లెలో ఎంత మందితో కులుకుతున్నావో ఊరందరికీ తెలుసు. నా భార్య మీద చేయి వేస్తే ఊరుకునేది లేదన్నాడు.

'ఎందక్కా ఇదీ? నువ్వు కన్నది మగాడినేనా?! భార్య ఇంకొకడితో పడుకుంటోంది అంటే సంపకుండా వాళ్ల ఇంట్లోకే పోయి నేనే దగ్గరుండి వాని పక్కలో పండబెడతా అంటున్నాడు.' బిడ్డ రంకును మభ్యపెట్టడానికి అల్లుడి మీద విరుచుకుపడ్డాడు. అల్లుడిని పెద్ద దోషిగా చూపే ప్రయత్నం చేశాడు.

'ఏమో తమ్ముడు! ఇదంతా నా తలరాత. ఈ వయసులో కూడా నాకు సుఖపడే రాత లేదు. వాడు బతికి ఉన్నప్పుడు ఇలానే చేసినాడు, ఇప్పుడు ఈడు తయారైనాడు. అంతా నేను చేసుకున్న ఖర్మ.' చూసిన సినిమా మళ్ళీ చూస్తున్నట్లే అనిపించింది మాబున్ని అక్కకు.

గట్టి గట్టిగా కూతిరిపై కేకలు వేసి నువ్వు నా దృష్టిలో సచ్చినావు. నా ఇంటి గడప తొక్కద్దు అంటూ అక్కడి నుండి వెళ్ళిపోయాడు. కూతురిని ఇంటికి తీసుకెళ్లలేడు. అల్లుడిని, కూతురిని తీసుకెళ్లి కూతురితో లంజపని చేయించే పనికిమాలిన వెధవ కాదు. అందుకే జారుకున్నాడు. తెలివిగా వ్యవహరించాడు. వారం తిరగకుండానే మున్ని మొగుడి ఇంట్లోకి నూర్జహాన్, మాఫిర్ చేరుకున్నారు.

మున్ని మొగుడి పేరు పీరుసా. పులివెందులలో పెద్ద కాంట్రాక్టర్ మున్నికి అమ్మ, నాయన లేరు. పీరుసా మదరసాలో

మున్నీని చూసి ఇష్టపడి నిఖా చేసుకున్నాడు. ఇష్టపడి అంటే అప్పట్లో ఆమె ఒంపు సొంపులు నచ్చి, ఆమెతో సుఖం పొందటానికి. ఆమె అయితే తన పనులకు అడ్డురాదని, అనాథ కాబట్టి ఎవరూ తనను ప్రశ్నించరని. లెక్కలు వేసుకున్నాడు. ప్లాన్ అమలుపర్చాడు.

భర్త చేసే రంకు పనులన్నీ తెలిసి కూడా భర్తను ఒక్క మాట అనదు, అనలేదు. అనే తాహతు ఆమెకు లేదు. ఆమె ఒంటరిది, ఒంటరిగా భావించింది. సమాజం నుండి మద్దతు లేదు. మద్దతు కోరుకోవడం లేదు. ఐదు పూటల నమాజు చేసుకోవడం, అల్లాను ప్రార్థించడం తప్ప వేరే ఏవి పట్టించుకోదు. పట్టించుకున్నా ఏమీ చేయలేదు. అల్లా అన్ని తప్పులకు శిక్ష వేస్తాడంటూ మనసుకు నచ్చచెప్పుకుంటుంది. అంతకు మించి ఏమి చేయలేదు గనుక.

వాస్తవానికి ఆమెకు అల్లా మీద కోపమే కాని ఏమీ చేయలేని నిస్సహాయత. తానొక అనాథ. భర్తను వదిలేస్తే ఎక్కడికి పోతుంది? తన ఇద్దరి పిల్లలను ఎవరు చూసుకుంటారు? అందుకే నిఖా అయినప్పటి నుండి మౌన ఆభరణాన్ని గొప్పగా ధరించింది.

పీరుసా తల్లిదండ్రులు పులివెందుల దగ్గరలో ఉన్న చిన్నకూడాల పల్లెలో ఉంటారు. కొడుకు పెద్ద కాంట్రాక్టర్ అని మురిసిపోవడం తప్ప కొడుకు చేసే పనులు ఏంటో వాళ్లకు తెలియదు. తెలుసుకునే జ్ఞానం కూడా లేదు. ఐదు ఎకరాల భూమిని పండించుకొని వారి జీవితాన్ని గడుపుతున్నారే తప్పా దేహి అని కొడుకు దగ్గరకు వెళ్లడం వాళ్ళకు ఇష్టం లేదు. ఊళ్లో వాళ్లు కొడుకు గురించి ఆ మాట, ఈ మాట చెప్పిన కూడా కొడుకును మందలించే

స్థాయి వాళ్ళకు లేదు. రెక్కలు వచ్చిన పక్షి ఆకాశాన్ని ఆక్రమించాలని చూస్తుంది. తల్లిదండ్రులు చెప్పినా వినదు.

వాళ్ళకు పీరుసా ఒక్కడే కొడుకు. చిన్నప్పటి నుండి అల్లారుముద్దుగా పెంచారు. చదువుకోడానికి పంపితే బళ్లో గొడవలు పడేవాడు. చదువు బొత్తిగా వచ్చేది కాదు. ఆ తర్వాత బేల్దారు పనికి కుదురుకున్నాడు. సాధారణ బెల్దరి స్థాయి నుండి కాంట్రాక్టర్ స్థాయికి ఎదిగాడు.

ఎదగడంలో పీకలు తొక్కాడు, మానాలు తీశాడు, తలలు పగలగొట్టాడు, అధికారాన్ని డబ్బుతో కొన్నాడు. డబ్బును అధికారంతో సంపాదించాడు. దోపిడీ చేశాడు, దౌర్జన్యాలు దర్జాగా అమలు పరిచాడు. కొత్త ఇళ్లు కట్టించి అమ్మడం ప్రధానంగా చేస్తూ ఉంటాడు. అలా చెప్పుకునేలా చేశాడు.

పులివెందులలో సుమారుగా ఇరవై సొంత ఇండ్లు ఉన్నాయి. అన్ని ఇండ్లు అద్దెలకు ఇచ్చాడు. పులివెందుల మెయిన్ రోడ్డులో కంటి అద్దాల అంగడి, బట్టల షాపు, చెప్పుల షాపు ఉన్నాయి. ఇవన్నీ కాకుండా రియల్ ఎస్టేట్ కూడా చేస్తాడు. నూర్జహాన్ ని మాత్రమే కాకుండా ఇంకో ముగ్గురిని కూడా పెట్టుకున్నాడు. పీరుసా స్త్రీలోలుడు దాని కోసం ఏమైనా చేస్తాడు. అది అధికారికంగా పెట్టుకున్న వారి సంఖ్య అనాధికారిక లెక్కలు బయటపడాలంటే సున్నాను కనిపెట్టిన వాడు మళ్ళీ పుట్టాల్సిందే.

ప్రస్తుతం భార్య మాట కంటే నూర్జహాన్ మాటే ఎక్కువగా వింటున్నాడు. నూర్జహాన్ కి దాదాపు ముప్పై తులాల బంగారం

కూడా చేయించాడు. మాఫిర్ తన అన్న దగ్గర నుండి విడిపోయి పీరుసా వెనుకే తిరుగుతున్నాడు. మాఫిర్ లేనిదే పీరుసా బయటకు అడుగు పెట్టడం లేదు. అడుగు పెట్టకుండా నూర్జహాన్ చేసింది. వల వేసింది. మాంచి చేప పడింది. దాన్ని కొద్ది కొద్దిగా తినసాగింది. రకరకాలుగా వండుకుంటోంది. నూనెలో ఏంచుతుంది, పులుసు చేస్తుంది. ఇంకా ఎన్నో రకాలుగా.

మాబున్ని అక్క కోడలు ఎంత పని చేసింది?! బంగారం లాంటి మున్ని కాపురంలో చిచ్చుపెట్టింది. పీరుసా మున్ని మాట వినడం లేదంట భార్యను లంజను చేసి బాగానే సంపాదిస్తున్నాడు మాఫిర్ గాడని ఊళ్లో వాళ్లు మాట్లాడుకోవడం మాబున్ని అక్క వింటూనే ఉంది. అదే పెద్ద దిగులైపోయింది. ఇన్ని సంవత్సరాలు ఆమెకు చేతులెత్తి దండం పెట్టిన వారే ఆమె పెంపకాన్ని నిలదీస్తున్నారు.

కొన్ని రోజులుగా ఆమె మనసు మనులో లేదు. అన్నం తినడం లేదు. గుండెలో భారంగా ఉంటోంది. నేను ఏదైతే వద్దనుకున్నానో అదే జరుగుతోంది. బతికి ఏం లాభం? అనుకుంది. కుమిలిపోయింది. కుంగిపోయింది.

తల్లి బాధలో ఉన్నపుడే మంచి అవకాశమని 'ఇల్లు చిన్నగా ఉంది కదా! లోన్ తీసుకొని ఉన్న ఇంటిని పడగొట్టి పెద్దగా కట్టాలి అనుకుంటున్నా.

లోన్ తీసుకోవాలంటే నీ పేరు మీద ఇల్లు ఉండకూడదు. ఇల్లు నా పేరు మీద రాస్తే అంటూ నసిగాడు.'

'ఏం.. రా..? తల్లిని బతికి ఉండగానే కాటికి పంపాలనుకుంటున్నావా? అయినా నీ ఒక్కడి పేరు మీద ఎలా రాస్తా? దీంట్లో ముగ్గురికి భాగం ఉంది.'

'అలా అంటే నేనెలా బతకాలమ్మా? చిన్నోడు భార్యను అడ్డు పెట్టుకొని బాగా సంపాదిస్తున్నాడు. బావ కూడా మొన్నే ఇల్లు కొన్నాడు అంటా! చెల్లికి కూడా ఏం భయం లేదు. నాకు ఇద్దరు ఆడపిల్లలు ఉన్నారు. వాలిద్దరు నిన్ను వదిలి వెళ్ళినా నేనే కదా నిన్ను సాకుతున్నది.'

'నువ్వు నన్ను సాగుతున్నవా? ఇప్పటికీ నేను తాయెత్తులు కడుతూనే ఉన్నా, రోజుకు ఐదు వందల రూపాయలు ఇంట్లో ఇస్తూనే ఉన్నా, నీ డబ్బు మీద నేను బతకడం లేదు. పోయి నీ భార్యను అడుగు చెపుతుంది.'

'ఇప్పుడేమంటావు? నా నోట్లో మన్ను కొడతావా?' ఉక్రోషంగా అరిచాడు.

'నువ్వు ఎన్ని మాట్లాడినా ఈ ఇల్లు అందరికి సమానమే. అది కూడా ఇప్పుడే కాదు నేను సచ్చినాకే' ఖరాఖండీగా తేల్చింది.

'అయితే సచ్చిపో! ఇంకెన్ని రోజులకు పోతావని.. మేమే నీ ముందు పోతాము. నువ్వే ఉండు శాశ్వతంగా' మనిషి సహజ వ్యక్తిత్వాన్ని బయటపెట్టాడు.

తన ఇష్టాలను చంపుకొని నవ మాసాలు మోసి ఎన్నో అవమానాలు, అవహేళనాలు ఎదుర్కొని, భర్తలేని సంసారాన్ని

ఒంటరిగా ఈది పిల్లోలను పెంచి, పోషించి పెళ్ళిళ్ళు చేస్తే ఆస్తి కోసం నన్ను చచ్చిపో అంటున్నాడు. 'యా... అల్లా... నేనేం పాపం చేశాను. ఇలాంటి మాటలు అనిపించుకోడానికేనా...?! నన్ను ఇంకా చంపకుండా పెట్టావు.' చచ్చిపోయే ధైర్యం లేక కాదు. చావడం పిరికితనం అని.

'సచ్చిపోతాలే నాయన సచ్చిపోతా మీకు అడ్డురాను' అంటూ ఏడ్చుకుంటూ తన గదిలోకి వెళ్ళిపోయింది మాబున్ని అక్క.

'భర్త మాటలు విన్న పెద్ద కోడలు నజిరున్ అత్తను ఓదార్చింది. ఆయన మాటలు పట్టించుకోకండి అత్తయ్యా నేను ఉన్నంతవరకు మీకు ఏ లోటు రాకుండా చూసుకుంటాను.'

మాబున్ని అక్క తన గది నుండి బయటకు రావడం మానేసింది. ఎవరైనా 'సలిపిరి' మందు కోసమో, తాయెత్తుల కోసమో వస్తే నజీరునే ఇస్తోంది. వచ్చిన డబ్బు అత్తయ్యకు ఇవ్వబోతే భర్త అడ్డు తగిలి తీసుకునేవాడు. అమ్మకు డబ్బు ఏం అవసరం? ఇంట్లోనే ఉంటోంది కదా! అన్ని మనమే చూసుకుంటున్నాము అన్నాడు. అమ్మ వ్యాపారాన్ని భార్యను చేయమని సలహా ఇచ్చాడు. వారసత్వం తీసుకోమన్నాడు.

డబ్బు కోసం కొడుకులిద్దరూ చేసే పనులకు మాబున్ని అక్క తట్టుకోలేకపోయింది. ఒక్కసారిగా తన జీవితం ఒంటరైపోయినట్లుగా అనిపించింది. భర్తతో గడిపిన తొలిరోజు తర్వాతే.. తాను ఒంటరిదని తెలుసు. కాకపోతే ఇప్పుడు గుర్తు చేసుకుంటోంది.

తినీ.. తినక.. కడుపు మాడ్చుకొని బిడ్డలను పెంచింది. అలాంటిది అమ్మకు అన్నం పెట్టద్దని కోడలితో పెద్దకొడుకు గొడవపడటం వినింది. చెవులు పగిలిపోయినట్టు అనిపించింది. "చెవుల నుండి రక్తం కారింది. అచ్చం కొడుకు పుట్టినప్పుడు యోని నుండి వచ్చిన రక్తంలా" రెండు రోజుల నుండి అన్నం పెట్టడం కూడా మానేశారు. రాత్రి పడుకున్న తర్వాత కోడలు దొంగతనంగా అన్నం తీసుకెళ్లి ఇచ్చింది.

'నా ఇంట్లో నేను దొంగగా అన్నం తినాలా?'

'యా అల్లా! యా మేరే మహుస్వాని! ముజే జన్నత్ అదా ఫర్మా!' అంటూ అల్లాను వేడుకుంది. అల్లా ఆమె మాటలు విని ఉంటే ఆమె జీవితం ఇలా ఉండేది కాదు. అసలు అల్లా ఉన్నాడా? ఏమో! అది ఇప్పుడు ఎందుకు కానీ మాబున్ని అక్క ఊపిరి అనంతమైన శూన్యంలో లీనమైపోయింది.

ఊపిరి శాశ్వతంగా విశ్రాంతి తీసుకుంది. ఇప్పుడామె ఊపిరి సముద్రతీరంలో నడుస్తుంది. ఆకాశంలో ఎగురుతుంది. భూమిలోకి ఇంకిపోయి మెత్తబడుతుంది, శుభ్ర పడుతుంది. వెచ్చగా మట్టిలో పడుకుంటుంది. ఆకులపై మసలుతుంది. నీటి చుక్కలపై మెరుస్తుంది. అగ్గి మీద నాట్యం చేస్తుంది. స్వేచ్ఛగా, స్వతంత్రంగా.

***

మాబున్ని అక్క మరణించడంతో అదే అదుననుకోని ఇంటిని పడగొట్టి కొత్త ఇల్లు కట్టుకోవాలనుకున్నాడు. కొత్త ఇల్లు పేరుతో ఇంటిని కాజేయాలనుకున్నాడు. తమ్ముడిని, చెల్లిని మోసం చేయాలని సిద్ధపడ్డాడు.

ఇంటిని పడగొట్టి కొత్త ఇల్లు కట్టే ఆలోచనలో ఉన్నారన్న విషయం నూర్జహాన్ కు తెలిసింది. వెంటనే భర్తకు విషయం చెప్పి మీ అన్నతో మాట్లాడండి లేదంటే ఇల్లు కట్టిన తర్వాత అంతో, ఇంతో మన ముఖాన పడేసి మొత్తం ఆయనే సొంతం చేసుకుంటాడు. మాఫిర్ రహమత్ కి ఫోన్ చేసి విషయం చెప్పాడు.

'నా అన్నలు ఎప్పుడో చచ్చిపోయారు. బాధలు చెప్పుకోడానికి అమ్మ ఉందిలే అనుకున్నా.. మీరు అమ్మను కూడా పొట్టన పెట్టుకున్నారు. నాకు ఆ ఇల్లు వద్దు ఏం వద్దు నా బతుకు నేను బతుకుతున్నా' అనింది రహమత్.

ఇంటిని అన్నదమ్ములు ఇద్దరే పంచుకోవచ్చని మాఫిర్ చాలా సంతోషించాడు. వెంటనే అన్న దగ్గరికి వెళ్ళాడు.

'అన్నయ్యా ఎన్ని రోజులని? బాడుగ ఇళ్లలో ఉంటాము. ఇంటిని సగం చేస్తే.. ఇద్దరం ఇల్లు కట్టుకుందాము. పిల్లలు పెద్దకాక ముందే సొంత ఇల్లు కట్టుకోవాలి లేదంటే ఆ తర్వాత వాళ్ల చదువులు, పెళ్ళిళ్ల ఖర్చులు ఎక్కువైపోతాయి.

అప్పుడు ఇల్లు కట్టుకోవడం కష్టం అవుతుంది. ఇప్పుడైతే అప్పో సప్పో చేసుకొని కట్టుకోవచ్చు.'

'నీ పెళ్ళాం ఉండగా అప్పో సప్పో చేసుకోవాల్సిన ఖర్మ నీకెందుకురా? నీ కంటే ఎక్కువగానే సంపాదిస్తోంది' వెటకారంగా అన్నాడు. మాట్లాడకుండా చేయాలనుకున్నాడు.

భార్య లంజని మరో సారి గుర్తు చేశాడు. లంజ పని చేసేవారికి డబ్బుకు కొదువ ఎలా ఉంటుందని ప్రశ్నించాడు? అయినా జానెడు భూమిని అమ్మ నాకెప్పుడో రాసిచ్చింది. హుందాగా అబద్ధం పలికాడు.

'నీకు ఒక్కనికే ఎట్టా రాసిస్తుంది? ఏ? నేను దానికి పుట్టలేదా?' అనుమానంగా అడిగాడు హక్కు,డబ్బు కోసం తల్లిని నిందించాడు.

'నాకు ఇద్దరు ఆడపిల్లలు ఉన్నారు. నీకు నీ భార్య సంపాదిస్తోంది కదా! అందుకే నాకు రాసిచ్చింది.'

తమ్ముడి భార్య సంపాదనను గుర్తు చేయాలనుకున్నాడు. మాటలు శూలాలలా వదిలాడు. అయినా నీ భార్య మున్ని మొగుడిని పెట్టుకోవడం నువ్వు దాన్ని సమర్థించడం అమ్మకు నచ్చలేదు. అందుకే ఇంటిని నీకు ఇయ్యకూడదని నాకు చెప్పింది. బెదరకుండా చెప్పాడు. మెలిక పెట్టాడు. పాచిక పారించాడు.

'లేదు! అమ్మ అలా చేసి ఉండదు. నువ్వే ఏదో కిరికిరి చేస్తున్నావు.'

'కిరికిరులు చేయడం నీకు, నీ భార్యకు అలవాటు. నాకు అలాంటివి చేతకాదు.'

తమ్ముడితో మాట్లాడటం కంటే తమ్ముడి భార్యను నిందించడంతోనే తన సమస్య తీరుతుందని భావించాడు.

'పోలీస్ స్టేషన్ పోతే ఎవరు కిరికిరులు చేస్తున్నారో! అక్కడే తెలుస్తుందిలే' అంటూ కేకలు వేస్తూ వెళ్ళిపోయాడు మాఫిర్.

జరిగిన విషయాన్ని భార్యకు చెప్పి అన్న నన్ను మోసం చేస్తున్నాడు. ముసల్ది అలా ఎప్పుడూ చేయదు. అందరికీ సమానంగా పంచుతానని సచ్చేవరకు చెప్తూనే ఉంది.

'మరి ఇంటి పట్టాలు చూపియమని అడిగింటే ఏమి?'

'ఏముంది? అమ్మకు చదువురాదు కదా! నిద్రపోయినప్పుడు వేలిముద్ర తీసుకున్నాడో లేదంటే భయపెట్టి రాయించుకొని ఉంటాడు.'

'ఏం చేద్దాం? ఇప్పుడు' అన్నట్టుగా చూసింది నూర్జహాన్.

'పీరుసాకు చెప్పు.. వెళ్లి మాట్లాడుతాడు. పీరుసాకు పోలీసులు కూడా తెలుసు. పీరుసా అయితే డబ్బుతో పోలీసులను కొంటాడు.'

పోలీసులు పీరుసా రక్తపు డబ్బుకు అమ్ముడుపోతారు. పోలీసులకు పేదల చెమట విలువ ఎలా తెలుస్తుంది?

పోలీసులు ధనవంతుల తొత్తులు కాబట్టి పీరుసా అడుగులకు మడుకులొత్తుతారు.

'సరే సరే! అడిగి చూస్తాను'

'అడిగి చూడటం కాదు. మనకు అతడే దిక్కు. నీ అందాలతో ఊరడించు, ఒంపు సొంపులతో ఉక్కిరిబిక్కిరి చెయ్. అప్పుడే పని అవుతుంది.'

భర్త అలా మాట్లాడేసరికి నూర్జహాన్ ఏమీ మాట్లాడలేకపోయింది. సరే అన్నట్టుగా తల ఊపింది కాని నోటి నుండి మాట రాలేదు. ఎందుకో ఆ క్షణం సిగ్గుగా, సమాజం తనను ఉమ్ముతుంది అనే భావన కలిగింది.

@@@

'పీరు.. పీరు.. ఏంటి? నావైపు చూడటమే మానేశావు? ఇటు చూడు నా శరీరం నీ కోసం తహతహలాడుతోంది. నేను నీకోసం తప్పించి పోతున్నాను. ఈ వెన్నెల రాత్రిలో నా అందాన్ని అద్దుకో'

'ఏంటి? నూరు ఈరోజు నన్ను ఇంతగా ఊరడిస్తున్నావు.'

నూర్జహాన్ మాటలకు పీరుసా ఒంట్లో దాగున్న మగసిరి నాట్యం చేయసాగింది. వీరత్వం బుస కొట్టింది. నూర్జహాన్ దేహంపై పొడచాలని తహతహలాడింది. నూర్జహాన్ ని గట్టిగా హత్తుకున్నాడు. నూర్జహాన్ చేతి గాజులు పగిలిపోయాయి.

మెడలోని నల్లపూసలు విముక్తిని పొందాయి. మెట్టెలు గొల్లుమని ఏడ్చాయి. తలలోని పూలు పీరుసా పాదాలపై మోకరిల్లాయి. రాత్రి మొత్తం వారిద్దరి మధ్య ఖవాలి జరిగింది.

'పీరుసా ఉదయాన్నే లేచి నూరూ.. లే! నేను వెళ్ళాలి.. టైం అవుతోంది' అన్నాడు.

నూర్జహాన్ కి భర్త చెప్పిన మాటలు గుర్తుకు వచ్చాయి. ముద్దుగా, గోముగా తన నగ్న శరీరంపై దుప్పటిని సర్దుకుంటూ పీరుసా ఛాతిపై వాలింది. పువ్వుపై సీతాకోకచిలుక వాలినట్లు. సీతాకోకచిలుక పుప్పొడి జుర్రుకున్నట్టు నూర్జహాన్ పీరుసా బలహీనతను పీల్చుకుంది.

***

ఇల్లు ఖాళీ చేసి పక్క వీధిలో ఉన్న రమణాచారి ఇంట్లోకి అద్దెకు దిగాడు బాబావలి. ఇల్లు పగలగొట్టి పునాదులు కట్టడానికి వడ్డే వాళ్లను పిలిపించాడు. తన బతుకు మారబోతోంది అనుకున్నాడు. కొత్త ఇంటిలో సుఖంగా ఉండాలనుకున్నాడు. చెల్లి, తమ్ముడు తన జోలికి రారని భ్రమపడినాడు. సమాజం కళ్ళు మూసుకుందని భావించాడు. తన పాచిక పారిందని సంబరపడ్డాడు.

'ఆపండి! ఇక్కడ ఇల్లు కట్టడానికి వీలు లేదు. ఈ స్థలంపై ముగ్గురికి హక్కు ఉంది. ఎవరిని అడిగి ఇల్లు పడగొడుతున్నారు?' పీరుసా హుకుం జారి చేశాడు.

'నువ్వు ఎవరయ్యా? నా స్థలంలో నేను ఇల్లు కట్టుకోడానికి, నా ఇంటిని నేను పడగొడుతున్నాను. కనీసం నువ్వు నా పక్కింటివాడివి కూడా కాదు. నీకే సంబంధం ఉందని? ఇక్కడి నుండి కదలకపోతే ఎవరి బతుకులు ఏంటో! బజారులో తేల్చాల్సి ఉంటుంది.'

బాబావలి ఏం మాట్లాడుతున్నాడో పీరుసా గ్రహించాడు. తాను ఇంకో మాట మాట్లాడిన నూర్జహాన్ గురించి చెప్పేస్తాడు. అప్పటికే వీధిలో వాళ్లు గుమ్మికూడి ఉన్నారు. అందరికీ తెలిసిన విషయమే అయినా అందరి ముందు బాబావలి అలా మాట్లాడడు అనుకున్నాడు.

తన డబ్బుకు, హోదాకు జంకుతాడని భావించాడు. తన కనుసైగతో సమస్యను పరిష్కరించవచ్చని, పోలీసుల అవసరం లేదని పొరపడ్డాడు. ఏం మాట్లాడాలో తెలియక సతమతమయ్యాడు. ఏదో మాట్లాడాలి కనుక 'ఇదిగో! బాబావలి మనమంతా ఎన్నో సంవత్సరాల నుండి ఒకే వీధిలో ఉంటున్నాము. నీ తమ్ముడిని మోసం చేయడం తప్పు.'

'నా తమ్ముడిని ఎవరు మోసం చేస్తున్నారో? వీధికి ఏం కర్మ ఊరు ఊరంతటికి తెలుసు. ఎవరు ఎవరి పడక గదిలోకి వెళ్తున్నారో ఏం చేస్తున్నారో! మనం ఇక్కడ మాట్లాడాల్సిన అవసరం లేదు'

ఘంటాపథంగా అన్నాడు. ఉరుములా ఉరిమాడు. గాలిలా కదిలాడు. కెరటంలా ఎగిరాడు. పీరుసాకి తల కొట్టేసినట్లు అయ్యింది. బాబావలి కుక్కినపేనులా ఉంటాడనుకున్నాడు కానీ పులిలా గాండ్రిస్తాడు అనుకోలేదు. ఇక మాటలతో పని జరగదు. పని జరగకపోయినా పర్వాలేదు బాబావలి తన అహాన్ని దెబ్బతీశాడు. ఉంచుకున్నది చిన్న కోరిక అడిగితే చేయకుండా చేశాడు.

నూర్జహాన్ ముందుకు ఏ మొహంతో వెళ్ళగలడు. నూర్జహాన్ తనను సింహంలా భావించేది. తాను అనుకుంటే ఏదైనా

చేయగలడని తన భావన, తల ఎలా ఎత్తుకుంటాడు? అవమానం, అంతకు మించి పరాభవం. బదులు తీర్చుకోవాలి? ఇల్లు కట్టకుండా చేయడం మాత్రమే కాదు అంతకు మించి చేయాలనుకున్నాడు.

సమయం తనది కాదని అక్కడి నుండి శవంలా కదిలాడు. బాబావలి దిక్కులు పగిలేలా నవ్వాడు. ఆ నవ్వులు పాంచాలి నవ్వులు అవుతాయని భావించలేదు. ఆ నవ్వుల సముద్రంలో కొట్టుకుపోతాడని అనుకోలేదు. ఆ నవ్వే చివరి నవ్వని కనుక్కోలేకపోయాడు.

మాఫిర్ కోర్టులో కేసు వేశాడు. అన్న మోసం చేశాడని. ఇంటి నుండి గెంటేశాడని, తల్లికి కూడు పెట్టకుండా చంపాడని. తల్లి ఆస్తిని తానొక్కడే అనుభవిస్తున్నాడని. అయితే తల్లి తన దగ్గరకు రాలేదని, తల్లిని పెంచుకుంటానని, తల్లికి అన్నం పెడతానని, తల్లి ఆలనా పాలనా చూస్తానని మాత్రం కేసు వేయలేకపోయాడు.

నిజానికి ఆ కేసు బాబావలిది కాదు, పీరుసా పరువు-ప్రతిష్టకు, ఉంచుకున్న స్త్రీ కోరికకు, ఆధిపత్యానికి, అహానికి ఇంకా అనేక విషయాలకు సంబంధించినది. బాబావలి దొంగ పేపర్లు సృష్టించి కోర్టుకు చూపాడు. తన తల్లి తనకు మాత్రమే ఇచ్చిందని నంగిమాటలు మాట్లాడాడు. కోర్టులో కేసు నడుస్తోంది, పరిగెత్తలేదు. పరిగెత్తడానికి అవకాశం లేదు. భారతదేశంలోని కోర్టులకు అసత్యాన్ని అసత్యం అని నిరూపించడానికి ఒక దశాబ్దం కావాలి.

కోర్టులైనా ఏం చేయగలవు! ప్రతి ఊరిలో, ప్రతి వీధిలో, ప్రతి ఇంట్లో గొడవే.

గొడవలన్నీ కోర్టుల పాదాల మీద పడి ఏడుస్తున్నాయి. ఎన్ని గొడవలను తీర్చగలవు? ఎందరి కన్నీళ్లను తుడచగలవు? భారతదేశానికి కావాల్సింది వీధికో గుడి కాదు, వీధికో కోర్టు. అప్పుడే గొడవలు చర్చకు వస్తాయి. చర్చ నుండి న్యాయమో, అన్యాయమో జరుగుతుంది. న్యాయవ్యవస్థ అందరికి న్యాయం ఎలా చేయగలదు? చేస్తే తాను ఎలా బతకగలదు? అన్ని వ్యవస్థల్లో లాగే అక్కడ కూడా అన్ని జరుగుతాయి. అందుకే దేశం ఎదుగుతున్న దేశంగానే ఉన్నది, ఉంటుంది, ఉండబోతోంది. వ్యవస్థలు మారే వరకు, మనుషులు మారే వరకు.

ఆఖరి తీర్పు వచ్చేవరకూ ఇల్లు కట్టడానికి వీలు లేదని కోర్టు వారి తీర్మానం. పీరుసా మీసాలు తిప్పాడు. ఆకాశం వైపు చూపులు వదిలాడు. నూర్జహాన్ ముందు తన మగతనాన్ని చూపించాడు. తాను తలచుకుంటే ఏదైనా చేయగలడని నిరూపించాడు.

అన్నదమ్ములిద్దరూ కోర్టు చుట్టూ ప్రదక్షిణాలు చేసేలా చేశాడు. తానేమో నూర్జహాన్ చుట్టూ కుక్కలా తిరుగుతున్నా విషయం మరిచాడు.

***

'ఎందుకే? మీ సాయబులే ఇంత తెల్లగా పుడతారు?' అది అనుమానం కాదు పొగడ్త. అలా పొగిడితేనే నజ్మా పువ్వు విచ్చుకున్నట్టు నవ్వుతుంది, నవ్వు నుండి తెరలు తెరలుగా వెన్నెల కురిసినట్లు ప్రేమ రాలుతుంది.

నజ్మాతో ఎప్పుడు శృంగారంలో పాల్గొనాలన్నా ఎరికల శీనుగాడు మాట్లాడే మాటలు అవి. ఎరికల వాడి ఇంటి పేరు కాదు, కులం పేరు. శీను అని వాళ్ల తల్లిదండ్రులు పెడితే సమాజం ఎరికల అని వాడి పేరు ముందు తగిలించింది. పులివెందులలో అందరూ అలానే పిలుస్తారు. అలా పిలిచి కులవ్యవస్థను మోయడం వాళ్లకి ఇంపుగా ఉంటుంది. ఎరికల శీను అని పిలిచే క్రమంలో తమ కులాల ఆధిపత్యాన్ని చాటుకుంటూనే ఉంటారు.

'సరే.. సరేలే.. కాని త్వరగా కానివ్వు నేను స్కూల్ కి వెళ్ళాలి' అంది నజ్మా. నిజానికి స్కూల్ కంటే శీనుతో గడపడమే ఇష్టం. శీను సుఖపెడతాడు, నవ్విస్తాడు, కవ్విస్తాడు. మైమరిపిస్తాడు. అందుకే శీను అంటే నజ్మాకి వ్యామోహంతో కూడుకున్న ప్రేమ.

నజ్మా తొమ్మిదో తరగతి చదువుతోంది. గత ఏడాది పెద్ద మనిషి అయినప్పటి నుండి ఒంట్లో ఏదో వేడి. మొదట్లో అదేందో అర్థం కాలేదు. శీనుగాడే తన ఒంటిలోని వేడి కుంపటిని చల్లార్చింది.

నజ్మా వాళ్ల నాయనకు నాలుగు ట్రాక్టర్లు ఉన్నాయి. బాడిగలగు తిప్పుతుంటాడు. అలాగే పులివెందుల ముద్దునూర్ రోడ్డు నాలుగు రోడ్ల సర్కిల్ లో రెండు ఇండ్లు కూడా ఉన్నాయి.

కింద రెండు రూములకు షట్టర్ దించి బాడుగలకు ఇచ్చాడు. ఆ షట్టర్ ముందే నజ్మా వాళ్ల నాని(అవ్వ) దోశలు వేస్తుంది. ఆమె వేసే దోశలకు పులివెందులలో మాంచి గిరాకీ ఉంది.

పొద్దునే ఆరు గంటలకంత లేచి దోశలు వేయడం మొదలు పెడుతుంది. ఆటోనగర్ లో పనిచేసే మెకానికులు, ఆటో డ్రైవర్లు, క్లీనర్లు, తోపుడుబండి మీద కూరగాయలు అమ్ముకునే వాళ్లు, జూనియర్ కాలేజ్ కి వెళ్ళే పోరగాండ్లు, పక్కనే ఉన్న ఎరికల, మాదిగ వీధుల వాళ్లు అందరూ ఆమె దోశల కోసం లైను కడతారు. ఎంతలేదన్నా రోజుకు వెయ్యి నుండి పదహైదు వందలదాక సంపాదిస్తుంది.

దాదాపుగా పదేళ్ల నుండి దోశలు వేస్తోంది కనుక ఆమెకు దోశల పీరమ్మ అని పేరు వచ్చింది. చిన్న వయసులోనే మొగుడు వదిలేసి ఎక్కడికో వెళ్ళిపోయాడు. ఎక్కడికి పోయాడో తెలుసుకునే ప్రయత్నం చేయలేదు. చేయాల్సిన అవసరం రాలేదు.

మొగుడు వెళ్ళిపోయిన తర్వాత ఇద్దరు కొడుకులను బేల్దారి పనులకు పంపింది. పెద్దోడు కొన్ని రోజులు బేల్దారి పని చేసి వదిలేశాడు. ఆ తర్వాత ఇటుకల బట్టి పెట్టి నష్టపోయాడు. ఆ పని తనకు అచ్చిరాలేదని ట్రాక్టర్లు కొని అద్దెలకు తిప్పుతున్నాడు. అందులో బాగానే సంపాదిస్తున్నాడు.

చిన్న కొడుకుకి ఆటోనగర్ లో మెకానిక్ షాపు ఉంది. ఇద్దరికీ పెళ్ళిళ్ళు అయిపోయాయి. అన్నదమ్ములు ఇద్దరు పక్క పక్క ఇళ్లలోనే ఉంటున్నారు. ఎవరి సంపాదన వాళ్లది.

ఎవరి సమస్య వాళ్లది. పక్క పక్కనే ఉంటున్నారు కాని పెద్దగా ప్రేమలు వాళ్ల మధ్యలో చిగురించలేదు. మాబున్ని అక్క పెద్ద కోడలు నజీరునే దోశల పీరమ్మ ఆఖరి కూతురు.

అల్లారి ముద్దుగా, గోముగా కూతురిని సాక్కుంది. అన్నలిద్దరూ చెల్లెలి పెళ్లిని అంగరంగవైభవంగా చేశారు.

పీరమ్మ పెద్ద కొడుకు ఖాదర్ కూతురే నజ్మా. పీరమ్మకు చేదోడువాదోడుగా ఉంటుంది. దోశలు పొట్లంలో కట్టియ్యడం, డబ్బులు తీసుకోవడం, చట్నీ కవర్ లో చుట్టి ఇవ్వడం, అక్కడే దోశలు తినేవాళ్ళకు నీళ్లు అందివ్వడం లాంటివి చేసిన తర్వాతే స్కూల్ కి పోతుంది.

నజ్మాకు అక్కడే పరిచయం అయ్యాడు ఎరికల శీను. ఎరికల శీనుకు నాయన లేడు. లేడు అంటే చనిపోయాడని కాదు. వాళ్లమ్మ అతన్ని వదిలేసింది. శీనుగాడి నాయన లారి డ్రైవర్. ఒకసారి లారి ఎక్కితే పది, పదహైదు రోజులు ఇంటికి వెళ్ళడు. ఆ సమయంలోనే ఎదురింటి దానక్క మొగుడితో యవ్వారం పెట్టుకుంది. అది తెలిసిన శీనుగాడి నాయన ఆమెను కొట్టడం, తిట్టడం చేసేవాడు. అది తట్టుకోలేని శీనుగాడి అమ్మ.. తన భర్తను వదిలేసింది.

శీనుగాడి అమ్మ పేరు సీతక్క, వయసులో ఉంది. కోరికలు బుసలు కొడుతుంటే శరీరాన్ని అదుపు చేసుకోలేకపోయింది. అదుపు చేసుకోవాల్సిన అవసరం లేదనుకుంది. తన కోరికలను తీర్చుకోవడంలో న్యాయం ఉందని నిర్ధారించుకుంది.

ఎదుటివాళ్ల భర్తతో రంకు పెట్టుకోవడంలో తప్పు లేదని, సమాజంలో ఎంతోమంది అలాంటివారు ఉన్నారని తనకు తాను నచ్చచెప్పుకుంది.

భర్త లంజలతో గడపడం కంటే తాను చేస్తున్నది తప్పు కాదని సమర్ధించుకొంది. భర్త లైన్ కి వెళ్ళినప్పుడు సుఖపడుతుంటే.. తానెందుకు? సుఖపడకూడదనుకుంది. తనది మాత్రం శరీరం కాదా? తన ఒంట్లో కోరికలు ఉండకూడదా? అందుకే అప్పుడప్పుడు దానక్క మొగుడిని వాడుకుంది.

వాడుకోవడంలో తప్పు లేదనుకుంది. మగవాళ్లు ఆడవాళ్లను వాడుకోవడం సరైనదే అయితే తాను మగవాళ్లను వాడుకోవడం తప్పు కాదని తీర్మానించుకుంది. ఆ తీర్మానంలో దానక్క మొగుడితోపాటు ఇంకొందరు చేరిపోవడం కాలానికి తెలుసు.

శీనుగాడికి చిన్నప్పటి నుండి చదువు అబ్బలేదు. పొట్ట కోస్తే అక్షరం వచ్చేది కాదు. ఐదవ తరగతి వరకు స్కూల్ కి వెళ్ళినాడు. ఆ తర్వాత మానుకున్నాడు. మానుకొని జీపు క్లీనర్ గా కుదురుకున్నాడు. ఇంట్లో డబ్బు ఇచ్చేవాడు కాదు.

బయటే తినేవాడు. ఇంటికి ఎప్పుడు వస్తాడో తెలియదు. సీతక్క కూడా శీనుగాడిని డబ్బు అడిగేది కాదు. ఇంటికి వచ్చినప్పుడు అన్నం పెట్టడం, బట్టలు ఉతకడం లాంటి పనులు చేసేదే తప్పా వారిద్దరి మధ్య పెద్దగా మాటలు పుట్టేవి కాదు.

శీనుగాడికి తల్లి మీద ప్రేమ ఉంది కాని తండ్రిని వదిలేసి పదిమందితో గడుపుతోందని వీధిలో వాళ్లు చెప్పడం విన్నప్పటి నుండి తల్లితో మాట్లాడటం మానేశాడు. సీతక్క కూడా ఎందుకు మాట్లాడటం లేదని అడగలేదు. అడిగే ధైర్యం లేదు. అడిగితే ఎలాంటి ప్రశ్నలకు సమాధానం చెప్పవలసి వస్తుందని వద్దనుకుంది.

వీధిలో వాళ్లు చెప్పే మాటలను బిడ్డ నోటి నుండి వినకూడదనుకుంది. దానికి మౌనమే సరైనది నమ్మింది.

శీనుగాడి వయసు 18 సంవత్సరాలు. అప్పటికే అనేక మందితో శరీర దాహాన్ని తీర్చుకున్నాడు, తీర్చుకుంటున్నాడు కూడా. జీపు క్లీనర్ గా ఉండటం వల్ల బెంగళూరుకు ఎక్కువగా వెళ్ళేవాడు. హైవేలో నూరో, రెండు వందలో చేతిలో పెట్టి హిజ్రాలతో శృంగారం చేయడం, బెంగళూరు బస్టాండ్ లో ఉండే వేశ్యలతో గడపడం శీనుగాడికి అలవాటే. కాని వాళ్లందరికీ డబ్బు ఇవ్వాలి. ఎప్పుడుపడితే అప్పుడు దొరకరు. దొరికినా కొన్నిసార్లు తన దగ్గర డబ్బు ఉండదు. అందుకే ఎవరినైనా ప్రేమిస్తే వాళ్లతో కావలసినప్పుడు కావాల్సింది చేసుకోవచ్చు అనుకున్నాడు.

ప్రేమను అడ్డుగా పెట్టుకోవాలనుకున్నాడు. ప్రేమ నీడలో సుఖాన్ని ఉచితంగా పొందవచ్చని తెలుసుకున్నాడు. ప్రేమ పేరుతో శృంగారం విచ్చలవిడిగా చేసుకోవచ్చని సమాజం నుండి స్ఫూర్తి పొందాడు. ఒక్కరిద్దరిని ప్రేమ పేరుతో వెంటబడ్డాడు కాని వాళ్లు తన కంటే పెద్దవాళ్లు కావడం, వేరే వాళ్లతో ప్రేమలో ఉండటం చేత శీనుగాడిని కాదన్నారు.

అలా శీనుగాడు అమ్మాయిల వేటను కొనసాగించాడు. కాదు కాదు శృంగార వేటను. శృంగారం కోసం ప్రేమ అనే ఆయుధాన్ని పట్టుకొని తిరుగుతుండగా నజ్మా పరిచయం అయ్యింది.

శీనుగాడి మాటలకు నజ్మా నవ్వింది, చేతలకు కులికింది, చివరకు నలిగింది. నలుగుతూనే ఉంది.

అదే అమోఘమైన సుఖమని, ఇంతవరకు పొందనందుకు బాధపడింది. వయసు చిన్నదే కాని ఆలోచనలు కాదుగా. తనది చిన్న వయసు కాదనుకుంది. గత ఏడాదే పెద్ద మనిషి అయ్యింది. పెద్ద మనిషి కావడం అంటే శృంగారానికి సిద్ధమవడమేనని శీనుగాడి మాటలను గుడ్డిగా నమ్మింది. తన తాజా నవ్వులను, పలుచని పెదవులను శీనుగాడి దాహానికి దానంగా ఇచ్చింది, ఇస్తోంది.

శీనుగాడిని నజ్మా తరుచూ కలుసుకునేది, ముద్దాడుకునేది, శరీరాల వేడిని చల్లార్చుకునేది పులివెందుల జూనియర్ కాలేజ్ గ్రౌండులోనే. ఊరికి కాస్త దూరంగా ఉండటం వలన ఉదయంపూట అక్కడికి ఎవరూ వెళ్ళరు.

అందుకే వాళ్లిద్దరూ అక్కడే కలుసుకునేవారు. వారానికి రెండు సార్లు అయిన నజ్మాను కలుసుకోకుండా ఉండలేడు. కలుసుకున్న తర్వాత పెదాలను తవ్వుకోకుండా వెళ్ళడు. అది వాడి అలవాటు, వాడి మచ్చిక, వాడి యావ, వాడి ప్రేమ పన్నాగం, వాడి మగతనం, వాడికి ఉచితం.

నజ్మా కూడా శీనుగాడిని కలుసుకోవడానికి తప్పకుండా వెళ్లేది. అది తనకు కొత్త రుచి, మరచిపోలేని అనుభవం, అలా చేయకపోతే కాళ్లు పీకుతాయి, తొడల మధ్య ఎవరో మంట రాజేసినట్లు ఉంటుంది. తను వాడికి మచ్చిక అయ్యింది. కుక్క పిల్ల మాదిరిగా, పిల్లి పిల్లా మాదిరిగా, కోడి పిల్ల మాదిరిగా

***

'శీనుగా నీకు మాత్రమేనా? నాకు కావాలి. తీపు తినడం నాకూ ఇష్టమే. నువ్వు మాత్రమే తింటే అజీర్తి చేస్తుంది. కడుపు నస్తుంది. ఆశగా అడిగాడు తన యజమాని రాజా.'

'అన్నా! నీకు ఏం తక్కువే? పెళ్లి అయ్యింది. బెంగళూరుకి వెళ్ళినప్పుడు చాలా మందిని కలుస్తావు. నేను ఎంగిలి చేసిన కూడు నీకెందుకు?'

'అవ్ మళ్లా నేను మొత్తం ఎంగిలి చేయని కూడే తింటున్నా? లేత మాంసం అంటే నాకు యమ ఇష్టంరా నీకు ఎన్నిసార్లు ఏర్పాటు చేయలేదు చెప్పూ?'

'అది కాదు అన్నా! ఆయమ్మిని నేను ప్రేమిస్తున్నా'

'ప్రేమ ఏందిలే? నువ్వు ఎరికలోనివి, అది సాయిబూది. ఆయమ్మి నాయన నీకు ఇచ్చి పెళ్లి చేస్తాడనుకుంటున్నావా? సంపుతాడు. కూతురు చెడిన పర్వాలేదు కాని కులం చెడితే ఊరుకుంటాడా?'

'ఏమో! అన్నా.. నజ్మా అంటే నాకు ఇష్టం. ఆయమ్మి కూడా నేనంటే పడి చస్తుంది.'

'ఆయమ్మి చావడం కాదు. నిన్ను చంపుతుంది.'

బెదిరించాడు. కులాన్ని గుర్తు చేశాడు. సమాజపు ఆలోచనలను ఏకరవు పెట్టాడు. వాడుకొని వదిలేయాలని హితవు పలికాడు.

'మేమిద్దరం ఎక్కడికైనా వెళ్లి పెళ్లి చేసుకుంటాం. అప్పుడు ఎవరూ ఏం చేయలేరు?' ధైర్యంగా చెప్పాడు. ధైర్యాన్ని పోగు చేసుకునే ప్రయత్నం చేశాడు. కాని అధైర్యంగానే మాట్లాడాడు.

'ఏమోలే? నీ యవ్వారం చుస్తాంటే ఆయమ్మిని బాగా మరిగినట్టు ఉన్నావే?' వెటకారం చేశాడు. మనసు మార్చే ప్రయత్నం చేశాడు. విఫలం అయ్యాడు.

'శీనుగాడు తల కిందకు దించి సిగ్గుపడ్డాడు.' ఏం చెప్పాలో తెలియక నటించాడు. రాజా మాటలను గ్రహించాడు.

'సరే.. సరే.. అట్లే కానీలే! ఏదో నాకు కాస్త దొరుకుతుంది అనుకున్నా' మరోసారి వల వేసే ప్రయత్నం చేశాడు. వలలో చేప పడలేదు. అయినా సమయం వస్తే వేట చేయక మానడు.

'లేదన్నా! దాన్ని నేను పెళ్లి చేసుకుంటాను' నమ్మకంగా.

'సరే లేరా? నీ ఇష్టాన్ని నేనెందుకు కాదనాలి. అయినా దోశలు తినేకి పోయి బాగానే పట్టినావు పిట్టను. నీకు యాడో సుడి ఉందిరా' శీనుగాడికి దొరికింది తనకు దొరకలేదని బాధపడ్డాడు, తాను కూడా దక్కించుకోవాలనుకున్నాడు.

'సరే అన్నా నేను పోయి వస్తా అంటూ శీనుగాడు ఇంటికి కదిలాడు.' విష పురుగును ఎలా చంపాలో! మనసులో రకరకాల ఆలోచనలు గూడు కట్టుకున్నాయి. రాజా కన్నుపడితే వదలడు. నచ్చిన ఆడదాన్ని పొందటం కోసం ఎంతకైనా బరి తెగిస్తాడు. ఇప్పుడు వాడి చూపు నజ్మా మీద పడింది. శీనుగాడు, రాజా ఇద్దరు

కలిసి ఎంతో మందితో పడుకున్నారు. బెంగళూరుకి వెళ్ళినప్పుడల్లా ఇద్దరూ కలిసి ఒక రేటు మాట్లాడుకోవడం సుఖం పొంది రావడం వాళ్లకు అలవాటే.

శీనుకు వెన్నులో భయం పుట్టింది. తన నజ్మా చిక్కుల్లో పడుతుందేమో! రాజా గాడు తనని బలవంతం చేస్తాడేమో! లేదంటే మా ఇద్దరి విషయం నజ్మా వాళ్ల ఇంట్లో చెప్పేస్తాడేమో! రాత్రంతా ఒకటే ఆలోచన, నిద్ర కూడా పట్టలేదు. పొద్దునే నాష్ట తినడానికి వెళ్ళినప్పుడు నజ్మాకు విషయం చెప్పాలి. సమస్య నుండి ఎలాగైనా బయటపడాలి అనుకున్నాడు.

'పెళ్లి, గిల్లి అని ఎరికల నాకొడుకు తప్పించుకున్నాడు. చూస్తారా, నువ్వు దాన్ని ఎలా పెళ్లి చేసుకుంటావో? దాన్ని అనుభవించకుండా వదిలే ప్రసక్తే లేదనుకున్నాడు రాజా.'

మరుసటి రోజే జరిగిన విషయం మొత్తం నజ్మాకు చెప్పాడు శీను. నజ్మా మాత్రం అదేమీ వినలేదు. శీను చెప్పే సమస్య కంటే తన దగ్గర మరో పెద్ద సమస్య ఉంది. దాచుకోలేని సమస్య, దహనం చేసే సమస్య, సమాజం ముఖాన ఉమ్మేసే సమస్య, నజ్మా వాళ్ల నాయన తల దించుకునే సమస్య, వాళ్ల అమ్మ నజ్మను హత్య చేసే సమస్య, పీరమ్మ దోశల పొయ్యిలో నుండి అగ్గి రవ్వలను నజ్మాపై విసిరే సమస్య.

'ఏంటి? నజ్మా నేను చెప్పేది అర్థం అవుతోందా? మన విషయం ఇంట్లో చెప్పి పెళ్లి చేసుకుందాము. ఏమంటావు?'

'శీనుగాడు చెప్పే మాటలు పూర్తికాక ముందే నాకు ఆరోగ్యం బాగాలేదు, నాకెందుకో అనుమానంగా ఉంది. మొన్నటి నుండి వాంతులు అవుతున్నాయి.'

'శీనుగాడు భయపడిపోయాడు. బెదిరిపోయాడు. నజ్మా గర్భవతని నమ్మాడు. నమ్మవలసి వచ్చింది. కారణం వాళ్లు విచ్చలవిడిగా కలవడమే'

'నేను ముందే చెప్పాను కండోమ్ వాడుదామని, నువ్వే వద్దు వద్దన్నావు.'

'అలాంటివి నాకు నచ్చావు. కండోమ్ వాడటం ఎందుకు? మనం పెళ్లి చేసుకోవాలి అనుకున్నాము. చేసుకుంటాము. అలాంటప్పుడు అవి వాడాల్సిన అవసరం లేదని నీకు చాలా సార్లు చెప్పాను. గద్దించింది.'

'సరే ఇప్పుడు ఏం చేద్దాం?' నెమ్మదించాడు.

'ఆసుపత్రికి పోదాం' ఉపాయం చెప్పింది.

'ఏ ఆసుపత్రి?' అనుమానాన్ని వ్యక్తపరిచాడు. 'గంగిరెడ్డి ఆసుపత్రి' అంతలో తానే సమాధానం చెప్పాడు.

'వద్దు' మన ఊరిలో వద్దు నేను స్కూల్ కి అని చెప్పి నీతో వస్తాను. ఇద్దరం కలిసి కడపకు వెల్దాం. ఊళ్లో అయితే అందరికి తెలిసిపోతుంది. చురుకుగా ఆలోచించింది. రాబోయే అపాయాన్ని గ్రహించలేకపోయింది.

'మనమిద్దరమే ఆసుపత్రికి పోతే చూస్తారా? ఎవరైనా పెద్దవాళ్లు కావాలి కదా!?'

'అవును! ఇది మామూలు విషయం కాదు. ఆసుపత్రికి మనం మాత్రమే పోతే చూడరు. చూసిన అరుస్తారేమో?! అయినా ఆసుపత్రికి పోడానికి డబ్బు కూడా కావాలి ఎలా చేద్దాం.?'

'డబ్బు నేను తీసుకువస్తాను మనకు రాజాయే గతి. తనకు తప్ప ఇంకెవరికీ మన విషయం తెలియదు కనుక రాజా అన్నను పిలుచుకొనిరా.'

శీనుగాడికి ఇంకో దారి కనపడలేదు. జరిగిందంతా రాజాకు చెప్పాడు. రాజా, నజ్మా, శీనుగాడు కడపకు వెళ్లారు. ఆసుపత్రిలో నజ్మాను రాజా భార్యగా చేర్పించాడు. టెస్టులన్నీ చేసిన తర్వాత డాక్టరమ్మ ఏమి లేదు ఫుడ్ పాయిజన్ అయ్యింది అనింది.

శీనుగాడు ఊపిరి గట్టిగా పీల్చుకున్నాడు. నజ్మా గుండె మళ్ళీ కొట్టుకోవడం మొదలెట్టింది. అందివచ్చిన అవకాశాన్ని వదలకూడదని రాజా తన ప్రణాళికను సిద్ధం చేసుకున్నాడు.

***

ఎలాగైనా ఈ తురకదాన్ని అనుభవించాలి మందులోకి నంజుకోడానికి లేతగా ఉంది. సుఖం అంటే అక్కడే ఉంది రోజు భార్య పెట్టే సద్దిబువ్వ తినలేక గతిలేక అదే తిని తన శరీర ఆకలిని తీర్చుకున్నాడు.

ఆకలైతే అప్పుడప్పుడు వేశ్యల దగ్గరకు పోయి రంధి తీర్చుకునేటోడు. ఇప్పుడు పక్కనే దోర జామపండులాంటి నజ్మాను వదలకూడదు అనుకున్నాడు.

నజ్మాను కైపుగా చూశాడు. పెదవి కొరికి ఆహ్వానించాడు. మీసం తిప్పి మగతనాన్ని ఎత్తుగా, ఒత్తుగా చూపాడు. కళ్లతోనే శృంగారాన్ని ఒలికించాడు నజ్మా తల పక్కకు తిప్పుకుంది అసహ్యంగా కూడా చూడలేకపోయింది, ముఖం మీద ఉమ్మలేకపోయింది, ఇంటికి క్షేమంగా చేరాలనుకుంది.

ఇంకెప్పుడు రాజాతో రాకూడదనుకుంది. ప్రమాదమని గ్రహించింది కానీ ప్రమాదంలో ఉందని తెలుసుకోలేకపోయింది. శీనుగాడు కొద్దిసేపు ఆనందంగా, మరికొద్దిసేపు దుఃఖంగా ఆలోచించాడు.

బాధపడాలో సంతోషపడాలో అర్థంకాని స్థితిలో ఉన్నాడు. తన మగతనంతో నజ్మాను తల్లిని చేయలేకపోవడం తన బాధకు కారణం కావచ్చు. నజ్మా తల్లి కాకపోవడం వల్ల తనతో యథాప్రకారం శృంగారంలో పాల్గొనవచ్చు. ఎంత బాధపడాలో, ఎంత సంతోషపడాలో తీర్మానించుకోలేకపోయాడు.

కడప పాత బస్టాండులో శంకర్ వైన్స్ ముందు బండి ఆపాడు రాజా. శీనుగాడు కూడా బండి దిగి తనకు కావాల్సిన మందును తీసుకున్నాడు. పక్కనే చికెన్ పకోడా కట్టించుకున్నాడు. రాజా పక్క షాపులో ఊరగాయ, నీళ్ల బాటిల్, చిప్స్ పొట్లాలు తీసుకున్నాడు.

"శీను వైపు కోపంగా చూసింది నజ్మా"

"బతిమిలాడినట్టు ముఖం పెట్టాడు శీను"

"ముఖం తిప్పుకుంది నజ్మా"

"అదే అంగీకారం అనుకున్నాడు శీను"

ముఖం తిప్పుకోవడం ఆడవాళ్ళు చేసే అతిపెద్ద తప్పు. ఆ తప్పు చేయడం వల్లే తరతరాలుగా చేయని తప్పులకు శిక్ష అనుభవిస్తున్నారు. మౌనంగా ఉండటం వల్లే తమ జీవితాలను నాశనం చేసుకుంటున్నారు. తరతరాలుగా చేస్తున్న తప్పే నజ్మా కూడా చేసింది. వారించాలి అనుకుంది కాని చేయలేకపోయింది. వద్దని బల్ల గుద్ది చెప్పాలనుకుంది. ఆ అవకాశం శీనుగాడు ఇవ్వలేదు, నజ్మా తీసుకోలేదు, తీసుకోవాలని ఆలోచించనూ లేదు.

అదే తప్పు, అదే పొరపాటు అదే.. అదే.. అదే.. తరతరాలుగా జరుగుతున్నది, మోసపోతున్నది.

బండి వేగంగా నడుపుతున్నాడు. ఎదురుగా గాలి కోసుకుపోతోంది. తన ఉనికి కాపాడుకోడానికి శబ్దం చేస్తూ వెనక్కి తరలిపోతోంది. నజ్మా మనసులో అలజడి, భీతి ఇంటికి క్షేమంగా చేరుతానా!? అంతలోనే శీను పక్కన ఉన్నాడనే ధైర్యం శీను ఛాతిపై తల వాల్చింది. ధైర్యాన్ని కోరుకుంది, బాసటగా ఉండమని తన స్పర్శతో అర్థించింది. శీనుగాడు ప్రేమగా తల నిమిరాడు, తన స్పర్శను అర్థం చేసుకున్నాడు, భయం లేదని, ఇంటికి

చేరుకుంటున్నామని, అభయహస్తం ఇచ్చాననుకున్నాడు ఇవ్వలేకపోయాడు. ఇచ్చే అవకాశం రాజా ఇవ్వలేదు.

నందిమండలం, వేంపల్లి, తాళ్లపల్లి, వేముల ఇలా ఒక్కో ఊరు దాటుకుంటూ బండి దూసుకుపోతోంది. వేలుపుల దాటగానే పులివెందుల కాని బండి పులివెందుల వైపు కాకుండా పాత కదిరి కనాల వైపు మళ్లింది. నజ్మా ఎక్కడికి అనింది? శీను ఎక్కడికి అన్నట్టుగా రాజా వైపు చూశాడు. రాజా నవ్వాడు. ఆ నవ్వు వికారంగా, క్రూరంగా, కామంగా, అసహజంగా, చెడుకు సంకేతంగా నజ్మాకు అనిపించింది.

'మందు ఉంది కదా! కదిరి కానాల మీద తాగి వెళ్లిపోదాము.'

'నజ్మాను వదిలి వద్దాం అన్నా' శీను అభ్యర్థన.

'ఎంతసేపు పది నిముషాలే మళ్ళీ యాడ వచ్చేది' రాజా తిరస్కరణ.'

'ఏమీ చెప్పలేకపోయాడు. తనకూ మందు తాగాలని ఉంది. తాగిన తర్వాత నజ్మాతో ఆడాలని ఉంది'

'నజ్మా మాత్రం ధైర్యం చేసి మాట్లాడింది "నేను ఇంటికి వెళ్ళాలి".'

'పది నిమిషాలే నజ్మా' శీనుగాడు బతిమిలాడాడు.

నజ్మా పరిస్థితిని అర్థం చేసుకోలేకపోయాడు. అర్థం చేసుకోవాల్సిన అవసరం లేదనుకున్నాడు. మందే తనకు ముఖ్యం అందుకే నజ్మా గొంతును మూయించాడు. మూగపోయింది నజ్మా గొంతు మాత్రమేనా!? స్త్రీ జాతి గొంతే మూగపోయింది. ఇప్పుడు స్త్రీలు మాట్లాడం మాత్రమే కాదు బలంగా, గట్టిగా, అరచి మరీ మాట్లాడాలి, పోట్లాడాలి. అది నజ్మా చేయలేకపోయింది.

"ఖాళీ ప్రదేశంలో బండి ఆపాడు రాజా"

"నజ్మా ఒణికింది"

"బండిలోనే ఉండమని సైగా చేశాడు శీనుగాడు"

శీను, రాజా మందు తాగడం మొదలు పెట్టారు. గొంతులో నుండి కడుపులోకి, కడుపులో నుండి నరాలలోకి మందు చేరింది. రాజా తన సహజ, వికృతరూపం ధరించాడు. మెదడు మొద్దుబారింది మగతనం బుసలు కొట్టింది. పొందు కోసం గిలగిల కొట్టుకుంది. బండిలో బిక్కు బిక్కు మంటూ కూర్చున్న నజ్మా వైపు ఆత్రంగా చూశాడు. శీనుగాడికి మైకం కమ్మింది. నజ్మాతో తన వాంఛ తీర్చుకోవాలనుకున్నాడు. మెల్లగా నజ్మా దగ్గరకు వెళ్లి బుగ్గలపై ముద్దు పెట్టాడు.

"కసిరింది, తిట్టింది, అస్యహించుకుంది"

"బుజ్జగించాడు, బతిమిలాడాడు, బలవంతం చేశాడు"

"నెట్టింది, కొట్టింది, తరిమింది, చెట్లలోకి పరిగెత్తింది"

తన వెనుకే శీనుగాడు అనుసరించాడు, అనుభవించాడు, కోరుకున్నది బలవంతంగా పొందాడు.

శీనుగాడి అడుగుల్లో రాజా పాదాలు కదిలాయి. నజ్మాను రక్కాడు, కొరికాడు, కసితీరా అనుభవించాడు. ఇంకెప్పుడు దొరకదని భావించాడు. మళ్ళీ నజ్మా శరీరంపై ఒరిగాడు. నజ్మా శరీర భాగాలు ఒక్కొక్కటిగా ప్రాణాన్ని కోల్పోయాయి. శక్తి కోల్పోయింది.

రాజా దాష్టీకానికి సహకరించింది, ప్రాణమే ముఖ్యం అనుకుంది. ఏమి చేయలేకపోయింది. ఏదో ఒకటి చేయాల్సిన శీనుగాడు మత్తుగా తూగాడు. రాజాను పక్కకు తోశాడు. తన మగతనాన్ని నజ్మాపై మరోసారి ప్రయోగించాడు. ఆ తర్వాత ఇద్దరూ కలిసి నజ్మాకు బట్టలు తొడిగారు, భుజాలపై వేసుకొని బండి వరకు నడిపించారు.

“నజ్మా శరీరం నుండి రక్తం”

“యోని నుండి, పాలిండ్ల నుండి, తొడల మీద నుండి, ముక్కు నుండి, నోటి నుండి ఇంకా అనేక శరీర భాగాల నుండి”

“బండ్లో ఉన్న రాజా లుంగీతో నజ్మా గాయాలను తుడిచాడు. చెదిరిన జుట్టును శీనుగాడు సరిచేశాడు. ముందు ఎలా ఉండేదో! అలా చేయడానికి ప్రయత్నించి విఫలం అయ్యారు.”

నజ్మా మౌనంగా బండ్లో కూర్చొంది. పులివెందులకు బండి కదిలింది, బండ్లో నిశబ్దం తన ధిక్కారాన్ని విసిరింది.

నజ్మాను ఇంటికి దగ్గరలో వదిలి రాజా, శీనుగాడు వెళ్ళిపోయారు.

నజ్మా అడుగులో అడుగు వేసుకుంటూ ఇంటికి చేరింది.

'ఏమైందే? ఏంటి ఆ రక్తం?' నజ్మా తల్లి ప్రశ్న'

'తల్లి! ఏ రక్తం గురించి మాట్లాడుతోందో అర్థం కాలేదు నజ్మాకు. సమాధానం చెప్పింది. కిందపడ్డాను. రెండు ఎద్దులు గుద్దినాయి, పొడిచాయి, ఎత్తి విసిరేశాయి.'

'అవునా! పదా మందు రాసి, కట్టు కడతాను.'

'శరీరానికి సరే మరీ మనసుకు, మానానికి కట్టు ఎవరు కడతారు? ఎలా కడతారు?.'

***

కోర్టు కేసులు అంత తొందరగా ఎలా పరిష్కారం అవుతాయి? ఎంతకూ తెగదు తెల్లవారదు అన్నట్లు సాగుతూనే ఉంది. చూస్తూ ఉండగానే నజిరున్ పెద్ద కూతురు మాబుజాన్ పెద్ద మనిషి అయ్యింది. కొత్త ఆలోచనలు, కొత్త పనులు చేయాలనే ఉబలాటం. శరీరం వేడిగా అవుతోంది. చిన్నమ్మ నూర్జహాన్ చేసే రంకు పనులు పూర్తిగా తెలిసొచ్చాయి.

చిన్నమ్మ ధరించే ఖరీదైన బట్టలు వేసుకోవాలని, దర్జాగా కారులో తిరగాలని, ఒంటి నిండా నగలు దిగేసుకోవాలని, డబ్బుంటే తల ఎత్తుకొని బతకచ్చని, డబ్బే అన్ని సమస్యలను తీరుస్తుందని,

డబ్బే అన్ని గొడవలకు మూలమని ఆలోచించింది. రమణాచారి పెద్ద కొడుకు ఈరిగాడిని చూసి సిగ్గుపడింది, క్రైపుగా చూసింది, పక పక నవ్వింది, పెదవి కొరికింది.

ఈరిగాడు కరిగాడు, ప్రేమించాడు, లేత అందాలను తమకంగా చూశాడు. పెళ్లి చేసుకుంటే మాబుజాన్నే చేసుకోవాలని నిర్ణయించుకున్నాడు. అందం అంటే మాబుజాన్ దేనని నిర్ధారించుకున్నాడు.

మాటలు కలిసాయి, నవ్వులు విచ్చుకున్నాయి, కామం పొంగింది. వయసు పరిగెత్త మంది. కళ్ళు మూసుకుపోయాయి. తెరిచేవారు లేరు, ఉన్నా తెరవరు, తెరిచే తీరిక లేదు.

గాజుల నడిపమ్మ చిల్లరబొంకు వెనుక బుగ్గలు గిల్లాడు, ఇంటి పక్కనే ఉన్న రామాలయంలో పెదవులు కొరికాడు, ఊరి బయట రాణితోపులో మాబుజాన్ ను ఆరగించాడు. ఇష్టంగా, ప్రేమగా, కామంగా. అప్పుడప్పుడు ఇంటి మిద్దె పైనే మాబుజాన్ అంతర్గత శరీర భాగాలను నిమిరేవాడు, కొరికేవాడు, పిసికేవాడు. మాబుజాన్ సహకరించింది, అప్పగించింది, కౌగిట్లో కరిగిపోయింది.

ఈరిగాడికి చదువురాక బంగారు పనిలో కుదురుకున్నాడు. మాబుజాన్ అడిగే ప్రతీది ఇచ్చేవాడు. దానికి బదులుగా మాబుజాన్ ను జుర్రుకుంటాడు. జంటపక్షుల గురించి పులివెందుల మొత్తం టాంటాం అయ్యింది. తండ్రి బాబావలికి గాని, తల్లి నజిరూన్ కి కాని తెలియదు.

మాబుజాన్, ఈరిగాడి సంగతి మొదట తెలిసింది మాబుజాన్ అన్న సాయిపీర్ కే. ఇంటికి వచ్చిన వెంటనే చెల్లెలిపై ఎగిరాడు. పురుష అహంకారంతో మాబుజాన్ పీక పిసికాడు, దొమ్మలపై తన్నాడు, చంపలు వాయించాడు పచ్చి బూతులు తిట్టాడు.

బాబావలి తల పట్టుకొని ఒక మూలకు కూర్చున్నాడు. కూతురి బాగోతం ఊరంతా తెలిసిందనే బాధ కంటే తమ్ముడి భార్యను నానా మాటలు అన్న విషయం గుర్తు వచ్చింది. వాళ్ల ఉసురే తగిలిందని భావించాడు. తమ్ముడి భార్యను తిట్టుకున్నాడు. కర్మ తగిలిందని కుమిలిపోయాడు. తమ్ముడు, తమ్ముడి భార్య ముఖంపై ఉమ్ముతారని సిగ్గుపడ్డాడు. కూసిన కూతలు గుర్తు చేస్తారని మదనపడ్డాడు, భయపడ్డాడు, కుంగిపోయాడు.

హడావిడిగా పెళ్లి సంబంధాలు చూశాడు. ఊళ్లు పట్టుకొని తిరిగాడు. ఏ సంబంధం చూడటానికి వెళ్ళినా ఈరిగాడు చెడగొడుతున్నాడు. బాబావలికి ఊళ్లో తల కొట్టేసినట్లు అయ్యింది. ఇలా అయితే కుదరదని రమణాచారిని పిలిపించి 'చూడు చారి! ఎన్నో ఏళ్లుగా మీ ఇంట్లో ఉంటున్నాము. జరిగింది ఏదో జరిగింది నీ కొడుకును అదుపులో పెట్టుకో లేదంటే పోలీసు స్టేషన్ కి పోవాల్సి వస్తుంది. నీ మతం వేరు, నా మతం వేరు నీ కొడుకుకి చెప్పు నేను చచ్చినా వాడికి నా బిడ్డను ఇచ్చేది లేదన్నాడు.'

'బో.. మాట్లాడతాండవే నీ కూతురే నా కొడుకును వల్లో వేసుకుంది. వాడు సంపాదించే డబ్బు మొత్తం తినేసింది. నీ నాటకాలు నా దగ్గర కాదు డబ్బునోడిని వెతుక్కో అని నువ్వే చెప్పి

ఉంటావు. లేదంటే ఆడపాప ఇంత బరితెగిస్తుందా?! నువ్వు ఇచ్చేది ఏంది? బరితెగించి తిరిగిన దానికి నా కొడుకును ఎందుకు ఇస్తాను?.'

బరితెగించి ఎవరితో తిరిగిందో మరిచాడు, కొడుకును వెనకేసుకొచ్చాడు, మగాడు ఎలా తిరిగినా ఏమీ కాదని ధీమాగా చెప్పాడు. అంతా మాబుజాన్ చేసిన తప్పేనని గట్టిగా అరిచాడు. ఒకవేళ కొడుకుది తప్పు ఉన్నా కూడా పెద్ద తప్పేమీ కాదని మరిచాడు. స్త్రీలే తప్పులు చేస్తారు, ఎవరు తప్పు చేసినా కారణం మాత్రం స్త్రీలే అవుతారు. అదే చరిత్ర, అదే పురాణం, అదే రామాయణం అదే అదే సకల మతాలా పవిత్ర గ్రంధాలు చెప్తున్నది.

'నేను నా కూతురికి పెళ్లి చేయాలనుకుంటే నీ కొడుకు అడ్డు పడతాండడు. పెళ్లి వాళ్లకు లేని పోనివి చెప్పి సంబంధాలు చెడగొడుతున్నాడు.'

'అవ్ అవ్ ఎవరికీ తెలియదు పాపం నీ కూతురి యవ్వారం. నా కొడుకే కాదు సాకలి సొడయ్యా గాడితో, మంగల బుజ్జి గాడితో కూడా రంకు నడిపింది. నాకు తెలిసి వీళ్లు మాత్రమే తెలియకుండా ఇంకెంతమందో!? ఎంతైనా చిన్నమ్మను ఆదర్శంగా తీసుకున్నట్లు ఉంది. దానిలాగా బాగా పైకి వస్తుందిలే. ఇంకేం చిన్న కూతురు కూడా పెద్ద మనిషి అయ్యి సిద్ధంగా ఉన్నట్టు ఉంది. దానితో కూడా పని కానియ్ ఇంట్లో కూర్చొని సంపాదిస్తారు. అదే అదే కూర్చుని అంటే అర్థం అయ్యింది అనుకుంటాను. ఫక్కున నవ్వాడు. కొవ్వుగా, మదమెక్కి, పురుష అహంకారంతో, డబ్బు పొగరుతో మాట్లాడాడు.'

'ఏదో పెద్దోనివని ఇంతదాకా మర్యాద ఇచ్చి మాట్లాడాను ఇలాంటి గబ్బు మాటలు మాట్లాడతావు అనుకోలేదు. ఒళ్లు దగ్గర పెట్టుకోకపోతే బాగుండదు.'

'ఏందిరా? ఎక్కువ మాట్లాడతాండవు ముందు నా ఇల్లు ఖాళీ చేసి వెళ్లిపో.'

తోసుకున్నారు, కొట్టుకున్నారు, గుద్దుకున్నారు. బాబావలి భార్యను, కూతుళ్లను లంజలు, దొంగముండలని బూతులు తిట్టాడు రమణాచారి.

నీ భార్యను నువ్వు సుఖపెట్టలేదని, బంగారు వీధిలో సుంకేశ్ గాడిని పెట్టుకుందన్న విషయం మాకు తెలియదా? నీ భార్యను పండబెట్టి ఇంత డబ్బును వెనకేశావని ఊరందరికీ తెలుసని రమణాచారి భార్యను ఉద్దేశించి బాబావలి మాట్లాడాడు.

ఇద్దరి మగవాళ్ల మధ్య జరిగిన గొడవలోకి ఆడోళ్లను తెచ్చారు, తిట్టారు, వారి మాన మర్యాదలను బజారులో పెట్టారు. మహిళలను తిట్టి గొప్ప పని చేసినట్లు విర్రవీగారు. సన్నాసులు, దద్దమ్మలు. బాబావలి ఇల్లు ఖాళీ చేసి పక్క వీధిలోకి చేరాడు. విషయం తమ్ముడు, తమ్ముడి భార్యకు తెలిసింది. మంచి పని అయ్యిందనుకున్నారు.

అన్న కష్టాన్ని గుర్తించలేదు. అన్న తనను మోసం చేశాడు. అన్న నా భార్యను నానా మాటలు అన్నాడు. అవి నిజాలే అయినా అనకూడదన్నాడు. ఈరోజు కూతురు అదే పని చేసింది.

ఊరంతా ఉమ్ముతుంటే ఊళ్లో వాళ్ల కంటే తమ్ముడు, తమ్ముడు భార్య ఎక్కువగా ఉమ్మారు.

బాబావలి ముఖం తడిసింది, డబ్బు కంటే బంధాలే ముఖ్యమని తెలుసుకున్నాడు, తెలుసుకోవాల్సిన అవసరం వచ్చింది. ఒంటరిగా సమస్యను పరిష్కరించుకోలేనని భావించాడు, తమ్ముడితో గొడవలు వద్దనుకున్నాడు, తమ్ముడు పక్కనుంటే తమ్ముడి భార్య సంపాదన కలిసొచ్చే అవకాశం ఉందని ఆలోచించుకున్నాడు. జరిగిందేదో జరిగింది తమ్ముడితో కలసిపోవాలి, కలసి బిడ్డ పెళ్లి చేయాలి, అవసరమైతే సహాయం అడగాలి.

తమ్ముడి కాళ్ల మిందపడ్డాడు. క్షమించమని మరదల్ని వేడుకున్నాడు. తన అవసరం కనుక రంగు మార్చుకున్నాడు. ఈ రంగు ఎన్ని రోజులో!

***

తల్లి ఇచ్చిన జాగాలో అన్నదమ్ములిద్దరూ చెరో ఇల్లు కట్టుకున్నారు. రెండు ఇళ్ల చుట్టూ ఒంటిపెళ్ల ఇటుకతో కాంపౌండ్ కట్టారు. బాబావలి పైన రెండు పడక గదులు కూడా కట్టాడు. తమ్ముడు, తమ్ముడి భార్యతో సన్నిహితంగా ఉంటున్నాడు. ఉండాల్సి వచ్చింది. లేదంటే ఒంటరి అయిపోతాడు.

ఇల్లు కట్టడానికి పది లక్షలు అప్పు చేశాడు. అందులో ఐదు లక్షలు పెద్ద బావమరిది ఖాదర్ దగ్గర తీసుకున్నాడు. అప్పు ఎలా అయినా తీర్చాలనుకున్నాడు. సంపాదన లేదు. సంపాదించే మెదడు లేదు. చేస్తున్న పని కాస్త సరిగా జరగడం లేదు.

అందుకే కొడుకుకి పెళ్లి చేయాలనుకున్నాడు. పెళ్లి చేసి వచ్చిన కట్నం డబ్బులతో అప్పు తీర్చాలనుకున్నాడు. సంబంధాలు చూడటం మొదలు పెట్టాడు.

పది సంబంధాలు చూసినా సాయిపీర్ ఎవరినీ ఇష్టపడటం లేదు. చెయ్యి బాగా లేదు, ముక్కు బాలేదు, నల్లగా ఉంది, పొట్టిగా ఉందంటూ ఏదో ఒక సాకు చెప్పాడు. నిజానికి సాయిపీర్ ని కూడా ఎవరూ ఇష్టపడటం లేదు.

ఆ అమ్మాయిలు బయటకు చెప్పడం లేదు కుటుంబం, సమాజం చెప్పనీయడం లేదు. చెప్పే హక్కును కాజేసుకున్నారు. ముస్లిం మహిళల పెదవులను కుట్టేశారు, పరదాలు శరీరానికేనా? మనసుకు, మాటలకు కూడా.

వాస్తవానికి సాయిపీర్ కి కాస్త నత్తి ఉంది. కొన్ని అక్షరాలు పలకడం రావు. చూడటానికి బాగానే ఉంటాడు కాని మాట్లాడితేనే పక్కన ఉన్నవారు ఇబ్బందిగా ఫీల్ అవుతారు.

అందుకే నలుగురిలో ఎక్కువగా మాట్లాడడు. మాట్లాడితే తన నత్తి బయటపడుతుందని, బయటపడితే పాడు సమాజం జాలిగా, గేలిగా చూస్తుందని భయం, బాధ.

'ఏం.. రా..? పెళ్లి చేసుకుంటావా లేదా?' కొడుకుకు పెళ్లి చేయాలని కాదు. పెళ్లి చేసి అప్పు తీర్చాలని.

'మంచి అమ్మాయిని చూస్తే ఎందుకు చేసుకోను?'

'మంచి అమ్మాయి అంటే?'

'తెల్లగా ముద్దుగా నాకు ఈడు జోడుగా నజ్మా లాగా ఉండాలి. మనసులో మాట చెప్పాడు. తన ప్రేమను బయటపెట్టాడు.'

నజ్మా మీద మనసు పారేసుకున్నాడు. ఎప్పుడు పారేసుకున్నాడో గుర్తు లేదు బహుశా! తొమ్మిదో తరగతి చదివేటప్పుడు నెల్లూరు దర్గాకి అందరూ కలిసి వెళ్ళినప్పుడో, ఎనిమిదో తరగతి ఎండాకాలం సెలవుల్లో తలకోన ట్రిప్ కి వెళ్ళినప్పుడో! ఎప్పుడో! ఎక్కడో! తెలియదు కాని ప్రేమ విత్తనం పడింది, మొక్క అయ్యింది, చెట్టుగా ఎదిగింది. మానుగా మారి వృక్షంగా విస్తరించింది.

'నిన్ను ఎందుకు చేసుకుంటుంది? అదీ చదువుకుంటోంది నీ కంటే చాలా చిన్నది.' కోపంగా అన్నది నజీరుణ్.

'ఏం? వాడికేం తక్కువని? చక్కగా ఉన్నాడు, నజ్మాకు మంచి జోడి కూడా.' జోడి అవ్వడని తెలుసు నజ్మాకు ఇచ్చి పెళ్లి చేస్తే పెద్ద బావమరిది దగ్గర తీసుకున్న ఐదు లక్షలు ఎగ్గొట్టవచ్చు. పెద్ద బావమరిది బాగా సంపాదించాడు.

ఇంటికి చేసిన అప్పు కూడా వాడితోనే తీర్చొచ్చు. అలాగే కొడుకుకు ఇంకో అంగడి పెట్టి ఇవ్వచ్చు అనుకున్నాడు.

'భర్త మాటలకి నజీరుణ్ ఎదురు తిరగలేదు. ఇప్పుడే కాదు ఎప్పుడు తిరగదు కూడా ఎదురు మాట్లాడాలని ఉన్నా కూడా

తిరగదు. సంకెళ్లు వేసుకుంది చేతులకే కాదు పెదవులకు, మనసుకు కూడా.'

భార్యను తీసుకొని పెద్ద బావమరిది ఇంటికి వెళ్లి పెళ్లి విషయం మాట్లాడాడు. ఖాదర్ అగ్గిలా లేచాడు, మండాడు, కళ్ళు ఉరిమాడు, నాగు పాములా బుసలు కొట్టాడు.

'ఏంది బావ? అది చిన్నపిల్ల వాడేమో ముదురు నా కొడుకు. వాళ్లకు ఎలా కుదురుతుంది? చదువు సంధ్య లేనోడికి నా బిడ్డను ఇచ్చేది ఏంది? అయినా నీ తమ్ముడు భార్య విషయం ఊరందరికీ తెలుసు. ఊళ్లో నేను కూడా ఉన్నాను.

మరచిపోవద్దు. నీ బిడ్డ చేసిన ఘనకార్యం ఊరు ఊరంతా కోడై కూస్తోంది. అలాంటి ఇంటికి నా బిడ్డను ఎలా ఇస్తా అనుకున్నావు? బావగా నీ మర్యాద నీకు ఉంటుంది. నా బిడ్డను మాత్రం నీ ఇంటికి పంపేది లేదు.' ఖరాఖండీగా, నిర్మోహమాటంగా, ముఖం మీద ఉమ్మినట్టుగా చెప్పాడు.

బాబావలికి ముఖం కొట్టేసినట్టు అయ్యింది, చెప్పుతో కొట్టినట్టు అనిపించింది. బాధపడ్డాడు, కుమిలిపోయాడు, కోపగించుకున్నాడు. తనను తాను చీదరించుకున్నాడు. భార్య మాట విని ఉంటే బాగుండేదనుకున్నాడు.

కొడుకు ప్రేమ విఫలం అయ్యిందని బాధపడలేదు. ఐదు లక్షలు డబ్బు కట్టాల్సి వస్తుందని మదనపడ్డాడు. ఏమీ మాట్లాడలేకపోయాడు. మాట్లాడే అవకాశం ఖాదర్ ఇవ్వలేదు

అయినా మాట్లాడటానికి ఏముందని? ఖాదర్ చెప్పినవన్నీ నిజాలే! మౌనంగా లేచి ఇంటికి వెళ్లిపోయాడు.

విషయం తెలుసుకున్న సాయిపీర్ వెక్కి వెక్కి ఏడ్చాడు. ఈ దొంగముండలు చేసిన తప్పుడు పనుల వల్ల నా ప్రేమ విఫలమైందని చెల్లెల్ని, చిన్నమ్మను ఆడిపోసుకున్నాడు. వ్యభిచారులు, లంజలు, ముండలు ఎన్ని మాటలు అనాలో అన్నీ అన్నాడు. సాయిపీర్ మాటలకు మాబుజాన్ బాధపడలేదు. అలాంటి మాటలు తనకు అలవాటయ్యాయి. మొదట కుటుంబం ఆ తర్వాత సమాజం అలవాటు చేసింది. అన్న వైపు దీనంగా, బాధగా చూసి అక్కడి నుండి వెళ్ళిపోయింది.

'నీ నత్తి ముఖానికి ఆ పిల్ల కావాల్సి వచ్చిందా? ఎప్పుడైనా అద్దంలో నీ ముఖం చూసుకున్నావా? చిన్నా, పెద్ద లేకుండా చిన్నమ్మను పట్టుకొని అంతేసి మాటలు అంటావా? నేను చూస్తా నీకు లంజ కాకుండా సంసారిముండ ఎలా పెళ్ళాంగా వస్తుందో? అంటూ విరుచుకుపడింది'

'ఊర్లో అందరూ నీలాగే ఉంటారనుకున్నావా? అయినా నా నజ్మా ఉత్తమురాలు, గుణవతి, శీలవతి, పరాయి మగాడిని చూసి కూడా ఎరగదు.' 'అది ఎలాంటిదో నాకెందుకు కాని నీకైతే భార్యగా రాదు కదా! ఇంకా దాని గురించి ఆలోచించకుండా ఇంట్లో వాళ్లు చూపించిన పెళ్లి చేసుకొని సావు లేదంటే ఇక పెళ్లి ఉండదు. పాడు ఉండదు అంటూ' తిట్టుకుంటూ తన గదిలోకి వెళ్ళిపోయింది.

'సాయిపీర్ తల్లికి ఏం మాట్లాడాలో అర్థం కాలేదు. అర్థమైనా మాట్లాడే విధానం తెలియదు, తెలిసినా మాట్లాడదు.'

బాబావలి ఇవన్నీ పట్టించుకోకుండా సాయిపీర్ కి సంబంధాలు చూస్తూనే ఉన్నాడు. ఎక్కడ కుదరడం లేదు. వీనికి పెళ్లి కాదని ఒక నిర్ణయానికి వచ్చి పెళ్లి సంబంధాలు చూడటం మానేశాడు.

రాత్రి అయితే చాలు నూర్జహాన్ ఇంటికి పీరుసా వచ్చి పోతూ ఉండేవాడు. మాబుజాన్ కూడా చిన్నమ్మను అనుసరించింది రోజు మిద్దెపైకి ఈరిగాడిని రమ్మని చెప్పింది. నూర్జహాన్ తన గదిలో పీరుసాతో కులికితే మాబుజాన్ మిద్దె పైనా ఈరిగాడితో నలిగింది, చిరిగింది, బరి తెగించింది.

బరువు పెరిగింది, పెరిగిన బరువు ఎలా దాచుకుంటుంది? కుండలా పొట్ట తన్నుకురావడంతో ఆసుపత్రికి తీసుకెళ్లి అదనపు కడుపును తీయించాడు. ఆ విషయాలు ఏమీ చెప్పకుండా ప్రొద్దుటూర్ నుండి పెళ్లి సంబంధం తెచ్చి మాబుజాన్ కి పెళ్లి చేశాడు.

మాబుజాన్ ఇంటి నుండి వెళ్ళిపోయింది. భర్తతో సుఖంగా సంసారం చేసుకుంది. సుఖంగా చేసుకుంది కనుకే ఇద్దరు బిడ్డలకు తల్లి అయ్యింది. దాన్ని నమ్మాలి ఎందుకంటే సమాజం దాన్ని మాత్రమే చూడగలదు కనుక బిడ్డ సంసారం బాగుపడిందని బాబావలి ఆనందపడ్డాడు. ఆ ఆనందం ఎక్కువ కాలం నిలవలేదు.

***

ఎంతో చలాకీగా మాట్లాడే నజ్మా ఆరోజు నుండి ఆకాశంలో దీర్ఘంగా చూడటం అలవాటు చేసుకుంది. ఏదో ఆలోచిస్తూ ఉంటోంది! ఏదో కోల్పోయినట్టు! ఎవరో మోసం చేసినట్టు!

శీనుగాడి మీద కోపం, ద్వేషం, అసహ్యం, అనుమానం రకరకాలుగా అనిపించింది. అయినా శీనుగాడిని ప్రేమించడం మానలేదు. శీనుగాడు కావాలనే చేయలేదు. తాగిన మైకంలో అలా జరిగిందని సమాళించుకుంది, నచ్చ చెప్పుకుంది, ఏమీ జరగలేదని నమ్మింది.

మరుసటి రోజు శీనుగాడు ఫోన్ చేశాడు. ఏడ్చాడు, తనను తాను తిట్టుకున్నాడు, బిగ్గరగా అరిచాడు, నువ్వు లేకపోతే నేను చచ్చిపోతానని బెదిరించాడు. మళ్ళీ ఇద్దరూ కలుసుకున్నారు, తిరిగారు, కులికారు, యావ తీర్చుకున్నారు.

అంత బహిరంగంగా తిరిగితే ఇంట్లో తెలియకుండా ఎలా ఉంటుంది? ఊరేమైనా కళ్ళు ముసుకుందా? ఇలాంటి విషయాలు ఎంత సేపు దాగుతాయి? మంచి గడప దాటేలోపు చెడు ఊరంతా తిరిగి వస్తుందంటా. నజ్మా, శీనుగాడి విషయం కూడా ఇంట్లో తెలిసిపోయింది. ఖాదర్ నెత్తి, నోరు బాదుకున్నాడు. పురుగులమంది తాగి చనిపోవాలనుకున్నాడు.

ఏమే? తక్కువ కులంవాడిని ఎందుకు తగులుకున్నావు? బిడ్డ ప్రేమించడం, ప్రేమించినవాడితో గడపడం అవన్నీ పెద్దగా పట్టించుకోలేదు. తక్కువ కులంవాడిని ప్రేమించినందుకు ఎక్కువగా

బాధపడ్డారు. కులగజ్జి, పిచ్చితో ఊగాడు, అరిచాడు, కొట్టాడు. మందులేని రోగంతో మానసికంగా చితికిపోయాడు.

నజ్మాను గదిలో వేసి తాళం వేశారు. బయటకు వెళ్లనీయ్య లేదు. ఖాదర్ కూడా బయటకు వెళ్ళడం మానేశాడు. ఊరు ఊరంతా అదే చర్చ. పనిలేనివాళ్ళు, పనికిమాలిన వాళ్ళు, కాటికి కాళ్లు చాచిన వాళ్ళు, వివిధ రోగాలతో సతమతమౌతున్నవారు తమ ఇంటి సమస్యలను విడిచి ఆ విషయాన్నే మాట్లాడుకున్నారు.

కొందరు నజ్మాదే తప్పని, మరికొందరు శీనుగాడిదే తప్పని, ఇంకొందరు 'కంటే సరిపోతుందా? పిల్లలు ఏం చేస్తున్నారో? చూడొద్దు' ముమ్మాటికీ తల్లిదండ్రులదే తప్పని ఎవరికి తోచింది వారు, ఎవరికి ఏది న్యాయం అనిపిస్తే అది బల్లగుద్ది మాట్లాడారు. వాళ్లను వాళ్లు న్యాయమూర్తులుగా భావించుకున్నారు. మొత్తం వాళ్లకే తెలిసినట్లు ప్రవర్తించారు. వాళ్ళే హైకోర్ట్, సుప్రీమ్ కోర్ట్. ఇంకెంతకాలం? వాళ్ల మాటలను పట్టించుకున్నంత కాలం.

వాదించుకున్నారు, తిట్టుకున్నారు, తోసుకున్నారు, ఉమ్ముకున్నారు. "ఊళ్లో పెళ్ళికి కుక్కల హడావిడి అన్నట్టుగా."

ఊరు ఊరంతా తెలిసిపోయింది. ఇక నన్ను పెళ్లి ఎవరు చేసుకుంటారు? నా జీవితం అడవి కాసిన వెన్నెల అవుతుంది. శీనుగాడు చేసుకోకపోతే ఎవడికో ఇచ్చి నాన్న పెళ్లి చేస్తాడు.

వాడు పదే పదే ఎత్తి పొడుస్తాడు. వాడిది అంత బాగా నచ్చిందా అంటాడు? నన్ను బానిసలా చూస్తాడు. దాన్ని ఎలా తట్టుకునేది? చావో రేవో వాడితోనే నా జీవితం.

మహిళలు ఇలా ఆలోచించినంతకాలం వారి జీవితాలు మారవు. ఆలోచనలు మారినా ఇంట్లోవాళ్లు మారనియ్యరు, ఇంట్లో వాళ్లు మార్చినా సమాజం వేలెత్తి చూపుతుంది. ఆలోచనా విధానం మార్చడమే కాదు సమాజాన్ని ఎదిరించాలి? ఆ రోజులు రావాలి, కావాలి.

నజ్మా చీకటి గదిలోకి నెట్టివేయబడిందా? ఎవరూ నెట్టేశారు? తండ్రా? కుటుంబమా? సమాజమా? లేదా తనకు తానే నెట్టివేయబడిందా? ప్రేమించడం, నమ్మడం తప్పా? నమ్మిన వ్యక్తికి లొంగడం తప్పా? పెళ్ళికి ముందే శృంగారం చేయడం తప్పా? పెళ్లి చేసుకున్న తర్వాత భర్త మోసం చేస్తే అప్పుడెలా? అప్పుడు కూడా స్త్రీలనే నిందిస్తారు. నీ తలరాత బాగాలేదని, ఏం జరిగినా తప్పు మాత్రం స్త్రీలదే. బంధించబడేది, శిక్షించబడేది, చీకట్లో నెట్టివేయబడేది స్త్రీలే.

చీకట్లో నుండి బయటకి రావాలి. తనకు కావాల్సింది దక్కించుకోవాలి. తనను ఎవరూ పెళ్లి చేసుకోరని, చేసుకున్న హింస తప్పదని, శారీరకంగా శీనుతో కలిశానని, ప్రేమను గెలిపించుకోవాలని ఎలాగైనా ఇంటి నుండి బయటకు వెళ్ళాలి అనుకుంది.

గదిలోకే అన్నం, నీళ్లు పంపుతున్నారు. నజ్మాకు ఇంట్లో ఉన్నట్లు అనిపించలేదు. ప్రేమ కరువైంది.

తాను ఏం తప్పు చేసిందో?! అర్థం కావడం లేదు. కనీసం ఇంట్లోవారు మాట్లాడటం లేదు, తన పరిస్థితిని అర్థం చేసుకోవాల్సిన అమ్మ ఏమి చేయలేకపోయింది. కన్నబిడ్డతో మాట్లాడే అవకాశం కూడా భర్త ఇవ్వలేదు.

బిడ్డ తప్పు చేసిందని భార్యను నిందించాడు. మీ ఆడోళ్లు అంతా ఇంతే. ఆయమ్మి కులుకుతుంటే నువ్వు ఏం చేస్తున్నావు? నువ్వు కూడా ఎవరితోనైనా కులుకుతున్నావా? పనిలో పనిగా ఎన్నో రోజుల నుండి ఉన్న అనుమానాన్ని వ్యక్తపరిచాడు. నీ బుద్దే దానికి వచ్చి ఉంటుందని తీర్మానించాడు. ఎదురు మాట్లాడలేకపోయింది. మాట్లాడితే కొడతాడని, నీడను కోల్పోతానని, బతకలేనని, సమాజం నిందిస్తుందని. ఇంకెంత కాలం ఈ ఆలోచనలు బతకగలమని, స్వీయ గౌరవాన్ని కాపాడుకోగలమని, వ్యక్తిత్వాన్ని కించపరిస్తే ఊరుకోమని నిరూపించాలి. వస్తుంది, తప్పక వస్తుంది.

వారం రోజుల నుండి ఇంట్లో ఒకటే రావిడి. గదిలోకి వెళ్లి నజ్మాను చితకబాదడం, భార్యను తిట్టిన తిట్టు తిట్టకుండా తిట్టడం. తండ్రి మీద అసహ్యం కలిగింది. అది తండ్రి మీద కాదు పురుష జాతి మీద. అయినా మళ్ళీ అదే పురుషుడి సాంగత్యాన్ని కోరుకుంటోంది. కోరుకునేది శరీరమా? మనసా? అన్నం తినబుద్ధి కావడం లేదు. నాన్న మాటలు వినబుద్ధి కాలేదు. తన బాధను తల్లితో చెప్పుకొని బాధపడాలని ఎంత ప్రయత్నం చేసినా కుదరడం లేదు. ఎలాగో తప్పు జరిగింది. ఆ తప్పును విశ్లేషణ చేసుకోవడం వృధా. జరిగిన దాన్ని మార్చలేననుకున్నది.

జరగబోయేది గ్రహించలేకపోయింది, పసిగట్టలేకపోయింది. వలలో, ఉచ్చులో పడటానికి సిద్ధమైంది.

ఇంట్లో నుండి వెళ్లిపోవాలి. దూరంగా ఎవరూ లేని చోటుకు, ఎవరూ రాని చోటుకు ఎలాంటి నిందలు వేయని చోటుకు, వేలెత్తి చూపని చోటుకు. వెళ్ళిపోయి శీనుగాడితో సుఖంగా జీవించాలి. స్వేచ్ఛగా, సుఖంగా, హాయిగా, తృప్తిగా, ఎగరాలి, దూకాలి.

మరుసటి రోజు కడుపు నొప్పి అని ఏడ్చింది. ఏడ్చినట్లు నటించింది, తల్లిదండ్రులను మోసం చేసింది. వేరే దిక్కు లేదని తనకి తాను నచ్చచెప్పుకుంది. తల్లి కరిగిపోయింది. బిడ్డ బాధను చూడలేకపోయింది. నీ మాయదారి నాటకాలు నా దగ్గర చూపొద్దు అన్నాడు తండ్రి.

బిడ్డ నొప్పి అని బాధపడుతుంటే ఇప్పుడు ఈ మాటలు ఎందుకు అండి? కాస్త గొంతు పెంచింది. ఆ మాత్రం గొంతు పెంచేలా చేసింది బిడ్డ మీద ప్రేమే

నజ్మా గట్టిగా కేకలు వేసింది, వాంతులు చేసుకుంది. నొప్పి భరించలేనని గొంగేలు పెట్టి ఏడ్చింది. బిడ్డ మీద ప్రేమ ముందు ఎంతటి కోపమైనా కరిగిపోవాల్సిందే. తండ్రి కూడా కరిగాడు, ఆసుపత్రికి పరిగెత్తాడు, టెస్టులు చేయించాడు.

బిడ్డ బాధను చూసి తట్టుకోలేకపోయాడు, బిడ్డను హత్తుకున్నాడు. నా మాట వింటే నీకు మంచి జీవితం ఉంటుందని బతిమిలాడాడు, నచ్చ చెప్పాడు, బుజ్జగించాడు.

నజ్మా మరింత ఏడ్చింది, తల్లిదండ్రుల ప్రేమను తట్టుకోలేకపోయింది. కానీ తన జీవితం ఒక్కడితోనే, వేరేవాడిని పెళ్లి చేసుకోవడం కుదరని పని ఇక్కడే ఉంటే తండ్రి శీనుగాడికి ఇచ్చి పెళ్లి చేయడు. తనకు బిడ్డ మీద ప్రేమ ఉన్నమాట నిజమే అయినప్పటికీ బిడ్డ మీద ప్రేమ కంటే కుల పిచ్చే ఎక్కువగా ఉంది. శీనుగాడికి కాకుండా అడుక్కుతినే సాయిబుకు ఇచ్చి అయినా పెళ్లి చేస్తాడు కానీ తన కులం కాని వాడికిచ్చి పెళ్లి చేయడు. బిడ్డను చంపనైనా చంపుతాడు కానీ కులం తక్కువ వాడికి చేయడు. "ఖాదర్ కి మందులేని కుల పిచ్చి పట్టింది, సమాజం పట్టించింది" దాని నుండి బయటకు రావాలి. కేవలం ఖాదర్ మాత్రమేనా!?

ఆసుపత్రి నుండి తిరిగి వచ్చిన తర్వాత తల్లి దగ్గరే నజ్మా పడుకుంది, పడుకున్నట్లు నటించింది, అర్థరాత్రి ఇంటి గుమ్మాన్ని పలకరించి విశాలమైన సమాజంలోకి ఎగిరింది, పారిపోయింది, సమాజ భాషలో లేచిపోయింది. లేచిపోవడం సామాన్యమైన విషయమా?

అదో పెద్ద తప్పు మగోడు లేచిపోడు.. లేపుకొనిపోతాడు. అదేంటో వెళ్ళేది ఇద్దరైనా స్త్రీలు మాత్రమే లేచిపోతారు.. మగాళ్లు లేపుకొనిపోతారు. మగాడు లేచిపోయాడని సమాజం ఎప్పుడు భావిస్తుంది? భావించడం కాదు ఎప్పుడు అంగీకరిస్తుంది? అంగీకరించాలి ఎందుకంటే అదే నిజం కనుక.

తల్లి, తండ్రి, కుటుంబం, మానం, మర్యాద, విలువలు అన్నింటినీ మరిచి శీనుగాడి కోసం ఇంటి గడపను కాదు తల్లి గర్భాన్ని, తండ్రి భుజాలను తొక్కి, సమాజాన్ని రక్కి వెళ్ళిపోయింది.

వెళ్ళిపోయిందని చెప్పే కంటే వెళ్లగొట్టారు అంటే బాగుంటుందేమో! ఎందుకు భయపడాలి? ఎంతసేపు భరించాలి, ఎన్ని శతాబ్దాలు చీకట్లో మగ్గాలి? ఎన్ని యుగాలు? కట్టుబాట్ల ఉచ్చులో, రొచ్చులో మునగాలి?

ఈ ప్రశ్నలకు సమాధానాలు ఎవరూ చెప్పరు? చెప్పకుండా ఉండటానికే స్త్రీలని నిందిస్తారు, బెదిరిస్తారు, రక్కుతారు, బరుకుతారు, గిచ్చుతారు, పొడుస్తారు, గుద్దుతారు.

ఖాదర్ కి మెలకువ వచ్చింది. అసలు నిద్రపోతేగా! కూతురు ఏం చేస్తుందో! సమాజం ఏం అంటుందో! అయినోళ్ల ముందు తల ఎత్తుకొని ఎలా తిరగాలి? భయం, బెదురు, కుల పిచ్చి, సహజ ప్రేమ అన్నీ కలిపి నిద్ర లేకుండా చేశాయి.

తల్లి కూడా నిద్రపోలేదు అలసిన శరీరం కనుక కాస్త కునుకు తీసింది. అంతలో జరగాల్సిందంతా జరిగింది. అంతే ఎవడో రాసి పెట్టలేదు నజ్మానే రాసుకుంది, అమలు పరచుకుంది. ఖాదర్ లేచి భార్య పక్కలో బిడ్డ ఉందో లేదో చూశాడు. బిడ్డ లేదు.. వరండాలో ఉన్న జాలాడి వైపు పరిగెత్తాడు.

భార్యను ఎగిచ్చి తన్నాడు 'ఏమే లంజా! అంత అలసిపోయావా? పక్కలో మనిషి ఉందో లేదో కూడా తెలియకుండా నిద్రపోతున్నావా? నా పరువు తీశారు కదే! నేను ఊళ్లో తలెత్తుకొని ఎలా బతకాలే? నిన్ను చేసుకోవడమే నేను చేసిన పెద్ద తప్పంటూ' తన కోపాన్ని, బాధని, ఏమీ చేయలేనితనాన్ని, భార్యపై ప్రదర్శించాడు.

అంతకంటే ఏమి చేయగలడు? భర్త బాధపడితే భార్య బాధపడాలి, నవ్వితే నవ్వాలి తంతే తన్నించుకోవాలి, రాత్రికి పిలుస్తే పక్కలో పడుకోవాలి కిక్కురుమనకుండా భర్తకు సహకరించాలి ఎటువైపుకు కావాలంటే అటువైపుకు తిరగాలి, కదలాలి, మౌనంగా ఉండాలి, ఏది కావాలంటే అది చేయాలి. భర్త ఎమోషన్స్ కి అనుగుణంగా స్త్రీలు నడుచుకున్నంత కాలం స్త్రీలు పీడితులే.

భర్త ఎందుకు తన్నాడో! కాసేపు అర్థం కాలేదు. అర్థం కావాల్సిన అవసరం లేదు. ఎందుకైనా తంతాడు, తన్నే అధికారం తనకే ఉంది. భార్యలు భర్తలను తన్నే అధికారం కోసం భార్యలు పోరాటాలు చేయాలి. బిడ్డ ఇల్లు వదిలిందని అర్థం చేసుకుంది అర్థం చేసుకున్న ఏం చేయగలదు? చేసే అవకాశం ఆమెకు లేదు. ఈ సమాజం ఇవ్వలేదు. అవకాశం ఎవరూ ఇవ్వరు లాక్కోవాలి.

ఇద్దరూ కలిసి వీధి చివర వరకు పరుగు పెట్టారు. బిడ్డ పేరు పెట్టి అరవలేదు అరుస్తే వీధిలో తెలుస్తుంది. తెలిస్తే అవమానం నజ్మా ఎక్కడా కనపడలేదు. శీనుగాడి ఇంటికి వెళ్లారు. ఇంట్లో శీనుగాడు లేడు.. ఖాదర్ కి విషయం అర్థం అయ్యింది.

శీనుగాడు నా బిడ్డను లేపుకుపోయాడు. నా బిడ్డను నమ్మించి మోసం చేశాడు. నా బిడ్డను చంపడానికి ఎక్కడికో తీసుకెళ్లాడు. నిందలు, ఆరోపణలు. అవన్నీ నిజాలు కాదని తెలుసు కోపం అలా మాట్లాడించింది. అలా మట్లాడి తన కోపానికి కాస్త ఊరట కలిగించుకున్నాడు.

అలా మాట్లాడకపోతే బతకలేడు. సమాజం ఎక్కువగా నిందిస్తుంది. బిడ్డను సరిగా పెంచలేదని, బిడ్డలను పెంచడం చేతకాలేదని తన మంచి కోరే వారు జాలి చూపుతారు. జాలి చూపించి చంపుతారు. చెడు కోరేవారు ఉమ్ముతారు. ఉమ్ములో కొట్టుకుపోయేటట్టు చేస్తారు.

'ఇదిగో చూడు ఖాదర్! నా బిడ్డను నీ కూతురు ప్రేమిస్తోంది. ఆయమ్మి ఇష్టం లేకుండా ఏది జరగదు. అది నీకు కూడా తెలుసు. నువ్వు ఇలా మాట్లాడటం మంచిది కాదు. నా బిడ్డ తప్పు ఎంతైతే ఉందో! నీ బిడ్డ తప్పు కూడా అంతే ఉంది. పద పోలీస్ స్టేషన్ కి వెళ్లి కంప్లైంట్ చేద్దాము. వాళ్లు ఎక్కడ ఉన్నా పోలీసులు పట్టుకుంటారు.'

'ఖాదర్ కి ఏం మాట్లాడాలో అర్థం కాలేదు. నువ్వు మంచిదానివై ఉంటే నీ కొడుకు ఇలా ఎందుకు చేస్తాడు? పెళ్లి చేసుకొని వేరే వాళ్లతో కులికితే ఇలానే ఉంటుంది.' ఎదుటివారి తప్పులను చూపి నిందించడం, తమ తప్పులను కప్పిపుచ్చుకోడానికి, ఎదుటివారి ప్రశ్నలకు సమాధానాలు లేనప్పుడు ఖాదర్ లాంటివాళ్లు ఇలానే మాట్లాడుతారు. అలా మాట్లాడి ఎదుటివారి నోటిని మూయించాలనుకోవడం వారి అవివేకం, అజ్ఞానం.

'నేను మంచిదాన్ని కాదు మరీ నీ బిడ్డ సంగతి ఏంది?' సూటిగా, నానపెట్టిన చెప్పుతో కొట్టినట్టు అడిగింది.

'నీ కొడుకు మోసం చేశాడు, మాయమాటలు చెప్పాడు.' గట్టిగా అరిచి చెప్పాలనుకొని నసిగాడు.

'పోలీసు కంప్లైంట్ ఇస్తే ఎవరూ ఎవరిని నమ్మించారో, మోసం చేశారో తెలుస్తుంది. నా బిడ్డ తప్పు చేసి ఉంటే వాళ్ళే చూసుకుంటారు' ధీమాగా, ఎలాంటి బెదురు, భయం లేకుండా బహుశ తన బిడ్డ మగాడనే ఉద్దేశంతో కావచ్చు.

'పోలీస్ స్టేషన్లకు, కోర్టులకు, లాడ్జులకు పోయే అలవాటు బాగా ఉందనుకుంటాను.'

నోరెత్తకుండా చేయాలనీ, శీనుగాడి తప్పులో ప్రధానపాత్ర తనదేనని నిరూపించడానికి మరొక ప్రయత్నం చేశాడు.

'ఆడదానితో ఎలా మాట్లాడాలో? తెలియకపోతే నేర్చుకో. ముందు నా ఇల్లు దాటు, లేదంటే అర్థరాత్రి వచ్చి వేధిస్తున్నాడని కేకలు పెడతాను.'

'అంతేలే అంతకంటే ఏం చేయగలవు? బజారు మనుషులు బజారు పనులు' అంతకంటే ఎక్కువగా ఖాదర్ దగ్గర మాటలు లేవు.

'అర్థరాత్రి ఇంటికి వచ్చింది నువ్వు, అర్థరాత్రి ఇంటి నుండి బయటకు వెళ్ళింది నీ కూతురు. ఇప్పుడు చెప్పు ఎవరు బజారోల్లో?' మెట్టుతో నెత్తిమీద కొట్టినట్టు, దొమ్మలపై తన్నినట్టు, ముఖంపై గాండ్రించి ఉమ్మినట్టు అరిచింది.

'పదే లంజ! నువ్వూ, నీ బిడ్డ చేసిన పనులకు అడ్డమొచ్చిన వాళ్లతో పడాల్సి వస్తోందని భార్యను తిట్టాడు, కసిరాడు, అక్కడి నుండి తోశాడు' చవట, దద్దమ్మ.

శీనుగాడి ఇంటి నుండి తమ ఇంటికి వెళ్ళకుండా పెద్ద బావ బాబావలి ఇంటికి వెళ్లారు. ఏదో ఒకటి చేసి బిడ్డను వెతకాలి, వెతకడంలో బావ సహాయం తీసుకోవాలనుకోని.

***

'బాధపడకు ఖాదర్' నీకు మేము ఉన్నాం. పాప ఎక్కడున్నా వెతికి పట్టుకుందాము, ధైర్యాన్ని ఇచ్చాడు. మాములుగా అయితే ధైర్యాన్ని ఇచ్చేవాడు కాదు. ఖాదర్ ధనికుడు కనుక, ఖాదర్ డబ్బుతో తనకు అవసరం కనుక, ఈ సాకుతో నజ్మాకు, సాయిపీర్ కి పెళ్లి చేయవచ్చుని.

బావను కౌగలించుకొని చిన్న పిల్లాడిలా ఏడ్చాడు ఖాదర్. ఆరోజు అన్న మాటలు బావ గుర్తు పెట్టుకోలేదు, దెబ్బి పొడచాలని అనుకోవడం లేదు, బావ ఎంత మంచోడో

సాయిపీర్, ఖాదర్, బాబావలి ఊరంతా వెతికారు, తమకు తెలిసినవాళ్లకు ఫోన్లు చేసి వెతకమన్నారు. నజ్మా ఆచూకి లభించడం లేదు.

రెండు రోజులు గడిచింది.

'బావా! ఎంతపని చేసింది? ఈ పాడు ముండ' రెండు రోజులు కులం తక్కువవాడితో వెళ్ళిపోయిందంటే దాన్ని ఎవరు పెళ్లి

చేసుకుంటారు? నన్ను జమాత్ లోకి రానిస్తారా? రానించిన మర్యాద ఇస్తారా? నేను బతికి ఏం సాధించాలి? పురుగుల మందు తాగి చస్తాను.'

'ఎందుకలా మాట్లాడుతున్నావు? నీ కష్టంలో మేము తోడు ఉండమనుకున్నావా? నజ్మా ఇంకో రెండు రోజుల్లో దొరుకుతుంది. నువ్వు బాధపడకు, వాడు ఏవో మాయ మాటలు చెప్పి తీసుకెళ్లి ఉంటాడు. పెళ్లి విషయం నువ్వు మర్చిపో. నజ్మాను సాయిపీర్ చేసుకుంటాడు. వాడు ఆయమ్మిని ఎంతగానో ప్రేమిస్తున్నాడు. ఇవన్ని మనసులో పెట్టుకోడు అనగానే'

'వద్దు బావ! వద్దు. వాడి జీవితాన్ని ఎందుకు నాశనం చేయాలి.?'

'ఇందులో నాశనం ఏముంది? మన పిల్ల మన ఇంట్లో ఉంటేనే మంచిది. ఎవరికిచ్చి పెళ్లి చేసినా వాడు నానా మాటలు అంటాడు.' బెదిరించాడు, పాచిక విసిరాడు.

ఖాదర్ కి వేరే దిక్కు లేదు. సరే అన్నాడు. అనాల్సి వచ్చింది. అలా అనకపోతే బాబావలి మనసు మారుతుందని భయపడ్డాడు, మనసు మారితే కూతురి పెళ్లి జరగదు.

సాయిపీర్ కి ఆ రోజు చిన్నమ్మ అన్న మాటలు గుర్తు వచ్చాయి. చెల్లిని తిట్టిన బూతులు గుండెలో గుచ్చుకున్నాయి. పెదవుల నుండి మాటలు పెగలడం లేదు. నజ్మాను అమితంగా ఇష్టపడుతున్నాడు, ప్రేమిస్తున్నాడు, కామిస్తున్నాడు.

ప్రేమ కంటే కామమే ఎక్కువగా ఉంది. అలాంటి అందగత్తె తనకు దొరకదు. తన ప్రేమను, కామాన్ని నిలబెట్టుకోవాలి అనుకున్నాడే తప్పా నజ్మా ప్రేమ గురించి ఆలోచించలేదు, ఆలోచించాల్సిన అవసరం లేదు.

తాను చేసుకోకపోయినా వేరే ఎవరికైనా ఇచ్చి నజ్మాకు పెళ్లి చేస్తారు. అందుకే తానే చేసుకోవాలి అనుకున్నాడు.

ఈ విషయం తెలుసుకున్న నూర్జహాన్ నన్ను అన్న మాటలు యాడికి పోతాయి? నా ఉసురు తగలకుండా ఉంటుందా? నన్ను లంజ, ముండా అంటాడా.. ఇప్పుడు ఎవరు లంజలో ఊరు ఊరంతా తెలిసిపోయిందని వదిరింది.

నూర్జహాన్ కు ఎవరూ ఎదురు చెప్పలేదు, చెప్పే అవకాశం లేదు, ఎవరి సమయం ఎలా వస్తుందో? తెలియదు. అందుకే ఏదైనా ఆచి తూచి మాట్లాడాలి.

***

పులివెందుల నుండి ముప్పై కిలోమీటర్లు ప్రయాణిస్తే ఇడుపులపాయ వస్తుంది. ఇడుపులపాయ అంటే తెలియని వ్యక్తి ఉండరు. ఎందుకంటే? ఆంధ్రప్రదేశ్ మాజీ ముఖ్యమంత్రి డాక్టర్ వై. ఎస్. రాజశేఖర్ రెడ్డి గారి ఎస్టేట్ అక్కడే ఉంది. వై.ఎస్ గారికి ఎంతో ఇష్టమైన ప్రదేశం అది.

ఇడుపులపాయను ఆనుకొని శేషాచలం కొండలున్నాయి. ఆ కొండలు ఎక్కి లోపలకి వెళితే మొత్తం అడవిలా ఉంటుంది.

శీనుగాడు, నజ్మా ఆ కొండల్లోకే పారిపోయారు. అక్కడే ఒక చిన్న గుడిసె కట్టుకున్నారు. వారక్కడ ఉండటం రాజా గాడికి మాత్రమే తెలుసు. వాళ్లకు కావాల్సిన సామాన్లు రాజా చేర్చాడు. పచ్చని చెట్లు, చిన్న జలపాతం, మనుషులు ఎవరూ లేని ప్రదేశం నజ్మా కోరుకున్నది అదే, అక్కడ తనను ఎవరూ నిందించడం లేదు, తాను కోరుకున్న ప్రియుడితో సుఖంగా గడపాలనుకుంది, తన కల నెరవేరినందుకు శీనుగాడిని గట్టిగా కౌగలించుకుంది.

శీనుగాడు కూడా తన ప్రియురాలిని అల్లుకున్నాడు. నేను ఉన్నాను నీకేమీ కాదనే ధైర్యాన్ని ఇచ్చే ప్రయత్నం చేశాడు. ఆరోజు జరిగిన తప్పుకు క్షమాపణ కోరినాడు. కాళ్లు పట్టుకున్నాడు, కాళ్లపై ముద్దులు కురిపించాడు, తొడలను నిమిరాడు, బుగ్గలను గిల్లాడు, మెడపై పెదవులతో రుద్దాడు, నడుము మీద చేయి వేసి గిల్లాడు, తన ఎదపై తల పెట్టాడు, పెదవులను కొరికాడు, సయ్యాటకు సిద్ధం చేస్తున్నాడు, చేశాడు.

నజ్మా వేడెక్కింది, కైపుగా మూలిగింది, సన్నగా నవ్వింది, శరీరం ఒనికింది. శీనుగాడి ఒడిలో కరిగింది, మత్తుగా చూసింది, గట్టిగా హత్తుకుంది, దేహాన్ని అప్పగించింది.

ఎక్కడపడితే అక్కడ, ఎలా పడితే అలా, ఎవరైనా చుస్తారనే భయం కాని సిగ్గు కాని లేకుండా స్వేచ్ఛగా, సుఖంగా పదే పదే సుఖపడ్డారు. గుబురు గుబురు పొదల్లో, చల్లటి నీటిలో బండలపై, కొండలపై, మట్టిలో పొర్లుతూ, బురదలో దొర్లుతూ. తినడం, పడుకోవడం అడవిలో తిరిగి కోరిన పండ్లను తినుకుంటూ

రాజాగాడు పంపిన సరుకులతో వండుకోవడం అదే దినచర్యగా మారింది.

వారం రోజుల తర్వాత రాజా గాడు వెళ్లాడు. ఆ సమయంలో నజ్మా, శీనుగాడు సుఖపడుతున్నారు.

రాజా శరీరం వేడి ఎక్కింది. నజ్మా పక్కలోకి వెళ్లి పడుకున్నాడు, కౌగలించుకున్నాడు.

శీనుగాడు రాజాను తన్నాడు. రాజా శీనుగాడి దొమ్మలపై గుద్దాడు. నజ్మా భయపడలేదు ఎందుకో! తనకు భయంగా అనిపించలేదు. వారిద్దరూ కొట్టుకున్నారు, తిట్టుకున్నారు, దొబ్బుకున్నారు చివరకు అలసిపోయారు.

అప్పటికే నజ్మా లేచి బట్టలు వేసుకుంది. ఇద్దరూ కొట్టుకొని గాయాలు చేసుకోవడంతో ఇద్దరి గాయాలను శుభ్రం చేసింది. పసుపును బాగా వేడి చేసి తన చీర కొంగును చించి అందులో పసుపును మడిచి గాయాలపై పూసింది. ఇద్దరికీ అన్నం తినిపించింది.

శీనుగాడికి గాయాలు విపరీతంగా ఉండటంతో ఆదమరిచి నిద్రపోయాడు. నజ్మాకు నిద్రపట్టడం లేదు. మధ్యాహ్నం జరిగిన విషయం పదే పదే గుర్తు వచ్చింది. శీనుగాడు తనను ప్రేమిస్తున్నాడు. ప్రేమ పేరుతో సుఖంగా గడపాలనుకుంటున్నాడు.

రాజా తనను ప్రేమించడం లేదు కానీ తన శరీరాన్ని ప్రేమిస్తున్నాడు. ఇందులో ఎవరిది నిజమైన ప్రేమ? అసలు ప్రేమ

ఉన్నదా? ప్రేమ పేరుతో ముగ్గురం కలిసి శారీరక వాంఛలు తీర్చుకుంటున్నామా? ఏంటో? ఈ ఆలోచనలు ఎంతకీ తెరిపి ఇవ్వడం లేదు. అంతలో రాజా మూలిగాడు, లేచి నజ్మా దగ్గరికి వచ్చి కొన్ని నీళ్లు కావాలన్నాడు. నజ్మా నీళ్ళు అందించి గుడిసె నుండి బయటకు వచ్చి కూర్చొంది. చుట్టూ చీకటి ఏవో అరుపులు పొదల్లో ఏదో కదిలినట్టు అనిపించింది. నజ్మా వెనుకే వచ్చాడు రాజా.

'ఏమైంది? నిద్ర రావడం లేదా?'

'లేదు, నువ్వు నన్ను వదలవా?'

'వదలను! నేను నిన్ను కామిస్తున్నాను. నాది ప్రేమ కాదు కామం. నీతో సుఖంగా గడపాలంటే ఇష్టం. నీలాంటి అందగత్తె ఒడిలో పడుకోవాలంటే మైకం.'

'నేను.. నీ స్నేహితుడి భార్యను'

'అయితే ఏంటి? అవన్నీ నాకు తెలియదు. నువ్వు నాకు కావాలి, నీతో గడపాలి. చెయ్యి పట్టుకున్నాడు.'

'నజ్మా విదిలించుకోలేదు! బాధగా చూసింది. ఒక కంట్లో నుండి కన్నీటి చుక్కలు రాలాయి.'

బుగ్గలపై ముద్దుల వర్షం కురిపించాడు. నుదుటిపై పెదవులను అద్దాడు. నెమ్మదిగా కిందకు కదిలాడు. ప్రేమగా ఆక్రమించాడు, నజ్మా వద్దనలేదు. ఒప్పుకోకపోయినా బలవంతంగానైనా జరుగుతుందని నిర్ణయించుకుంది. నెమ్మదిగా

సహకరించింది తన ఒడిలో సేదతీరింది. వెక్కి వెక్కి ఏడ్చింది. రాజా అపురూపంగా చూసుకున్నాడు.

నజ్మా మెదడు నిండా ఏవేవో ఆలోచనలు పరుగులు తీశాయి. తాను చేసేది తప్పో ఒప్పో అర్థం కావడం లేదు కానీ రాజా ఒడిలో ధైర్యంగా అనిపించింది. తల్లిదండ్రులు గుర్తు వచ్చారు అమ్మా! అమ్మా! అని మూలిగింది.

రాజా తన పెదవులతో నజ్మా పెదవులను ముడి వేశాడు. అందమైన రాత్రిని సూర్యుడు మింగుతున్నాడు. రాత్రి చెదిరిపోయింది, సూర్యుడు వెలిగిపోయాడు. తెల్లవారగానే శీనుగాడు నజ్మాను గుడిసలో వెతికాడు. శీనుగాడి చూపుకు నజ్మా అందలేదు. టక్కున లేచి బయటకు వెళ్లాడు.

'ఒంటి మీద నూలు పోగు కూడా లేకుండా నగ్నంగా నజ్మా. తన పక్కనే బట్టలు లేకుండా రాజా రాత్రి వదిలిన చిత్తడి నజ్మా పొట్టపై మరకలు మరకలుగా.'

'నజ్మా పెదవులు చిట్లాయి, యద సంపద కందింది. బుగ్గలు విచ్చుకున్నాయి, తొడలపై ఘాట్లు పడటంతో ఎర్రగా రక్తం కారుతోంది.'

శీనుగాడికి కోపం కట్టలు తెంచుకుంది. రాజాను పక్కకు తోసి నజ్మాను ఆక్రమించాడు. రాక్షసంగా ప్రవర్తించాడు. తన మర్మాంగాన్ని చిదిమాడు. రతి సలిపి వికృతంగా నవ్వాడు, ఏడ్చాడు, నజ్మా సహకరించింది. రాజా గాడు కూడా నజ్మాను

ఆక్రమించుకున్నాడు. ఎవరిది తప్పో ఎవరిది ఒప్పో తేల్చుకోవడం కష్టమైన పని కాలం మోసం చేసిందా? సమయం బలహీనమైందా? కామానికి హద్దులు లేవా? అయినా ఒక స్త్రీ ఇద్దరినీ ప్రేమించడం లేదా ఇద్దరితో పొందు సలపడం తప్పా? ఇక్కడ కూడా స్త్రీనే తప్పు పట్టేవారికి చెప్పుల నమస్కారాలు.

***

నజ్మా వెళ్లిపోయి పది రోజులు అవుతోంది. పోలీసులు నిర్లక్ష్యం వహిస్తున్నారు. అది వారి నైజం, వారి ఉద్యోగంలో భాగం. అనవసరంగా ముందుకు కదలరు డబ్బులు పడితే కానీ ముందుకు కదలలేని వ్యవస్థల్లో అది కూడా ఒకటి.

భారతదేశంలో అలాంటి వ్యవస్థలు చాలనే ఉన్నాయి. ఈ కేసులో మాత్రం వాలిద్దరూ ఇష్టపడే వెళ్ళారని తెలుసు. ఇష్టపడి పెళ్లి చేసుకుంటే ఏంది? పండుకుంటే ఏంది? అని వాళ్ల భావన. ఖాదర్ పోలీసు స్టేషన్ చుట్టూ తిరిగి అలసిపోయాడు.

ఇక పోలీసులతో పని జరగదని పులివెందుల మున్సిపల్ చైర్ పర్సన్ నరసింహారెడ్డి దగ్గరకు వెళ్ళాడు. తన గోడును వెల్లకక్కాడు. తన బిడ్డ ఎక్కడున్నా వెతికి పెట్టమని వేడుకున్నాడు. మీరే దిక్కని కాళ్ల వేళ్ళ పడ్డాడు. మీరు దయతలుస్తే నా బిడ్డ దక్కుతుంది లేదంటే వాడు చంపుతాడు. పీక్కు తింటాడు, చెల్లాచెదురు చేస్తాడు.

'ఏం.. రా? ఖాదర్! దానికి ఇష్టమై పోయిందని విన్నానే?! ఊరుకో ఊరుకో ఆ దొంగ నా కొడుకుని పట్టుకుందాంలే కానీ

పట్టుకున్నాకా వాణ్ణి కొట్టకూడదు. తక్కువ కులం నాకొడుకు కదా! వెధవలతో తల నొప్పి.'

'సరే రెడ్డి! నా బిడ్డను నాకు ఇప్పిస్తే చాలు.' వేడుకున్నాడు, ప్రాధేయపడ్డాడు.

'ఒరేయ్ వీరేశ్! ఖాదర్ సంగతి చూడు' వెళ్ళు ఖాదర్ వీరేశ్ గాడు చూసుకుంటాడు. రెండు గంటల సమయం ఇస్తే చాలు.. నీ కూతురిని నీ దగ్గర ఉంచుతాడు. గన్ను.. గన్ను లాంటోడు. వాడు గురి పెడితే పక్కకు పోడానికే లేదు.

ఖాదర్ అక్కడి నుండి లేచి! గదిలో మూలనున్న ఒక చైర్ లో కూర్చున్న వీరేశ్ దగ్గరకు వెళ్ళాడు. వీరేశ్ పులివెందులలో పెద్ద రౌడి షీటర్. మొదట చిన్న చిన్న దొంగతనాలు, దోపిడీలు చేసేటోడు. ఆ తర్వాత భూతగాదాలు, కొట్లాటలకు పరిష్కారాలు చూపే స్థాయికి ఎదిగాడు. ఇప్పుడు నరసింహారెడ్డికి రైట్ హ్యాండ్ గా ఉన్నాడు.

'నీ కూతురు పేరేంది?'

'నజ్మా' నోటి నుండి వచ్చి రాని మాటలతో, సిగ్గుపడుతూ, మానం పోయిందని బాధపడుతూ, ఇలాంటి బిడ్డలు పుట్టకూడదని అనుకుంటూ, తల ఎత్తుకొని తిరగలేనని, రౌడీ నా కొడుకుల ముందు నిలబడాల్సి వచ్చిందని, ఇన్ని రోజులు హుందాగా ఎవరి కాళ్లు పట్టుకోకుండా బతికిన బతుకును గుర్తు చేసుకుంటూ, ఇవన్నీ చూసి కూడా ఇంకా ఎందుకు? బతికి ఉన్నానా అని కుములుకుంటూ,

'వాని పేరు?'

'శీను.. శీనుగాడు' కోపంగా, ఆవేశంగా, దొరికితే కొట్టి చంపెట్టుగా, రగులుతూ, మండుతూ, ఉమ్మేతూ, గర్జిస్తూ ముఖంలో ఉన్న కండరాళ్ళను బిగపట్టి, పళ్ళు కొరుకుతూ, పిడికిలి బిగిస్తూ, మనసులో తిట్టుకుంటూ.

'ఎవరూ? ఆ ఎరికల శీనుగాడా?'

'హ! వాడే! నా బిడ్డను మోసం చేశాడు. మాయమాటలు చెప్పి యాడికో తీసుకెళ్లాడు. నా బిడ్డను చంపుతాడు. నా ఆస్తి కోసం కన్ను వేశాడు. నా బిడ్డను గద్దలా తన్నుకుపోవాలి అనుకుంటున్నాడు.' కాపాడండి, రక్షించండి, దారి చూపండి,

'సరే..లే.. నాకు అంతా తెలుసు కానీ సాయంత్రనికంతా నీ బిడ్డను సార్ దగ్గరికి తెస్తాను. ఇరవై వేలు అక్కడ పెట్టి వెళ్ళు' నిక్కచ్చిగా, అలవాటుగా, ధీమాగా, విషయమంతా తెలిసినవాడిలాగా, దృఢంగా.

'చిన్న సంచిలో నుండి ఇరవై వేల రూపాయలు తీసి బల్ల మీద పెట్టి ఏడ్చుకుంటూ వెళ్ళాడు.' ఇరవై వేలు కాదు ఇరవై లక్షలు అయిపోయిన పర్వాలేదు, ఆస్తి మొత్తం కరిగినా, విరిగిన పర్వాలేదు వాళ్లిద్దరూ కలిసి ఉండకూడదు.

తక్కువ కులంవాడు నా బిడ్డ పక్కలో ఎలా పండుకుంటాడు? లోఫర్ నాకొడుకు, నిలబడి ఒంటికి పోసేటోడు, తండ్రి లేని అనామకుడు, రంకు నడిపే తల్లికి పుట్టినోడు.

'వేట మొదలైంది' వీరేశ్ ఎవరెవరికో కాల్ చేశాడు. కొందరికి సమాచారం ఇచ్చాడు, మరికొందరి దగ్గర సమాచారం తీసుకున్నాడు. రాజా నెంబర్ కనుక్కున్నాడు. రాజా గాడు ఏ మొబైల్ టవర్ కింద ఉన్నాడో తెలుసుకున్నాడు.

ఓరీ నీయమ్మ! ఇద్దరూ కలిసి తీసుకుపోయినట్టు ఉన్నారే! అడవిలో బతికి ఉన్నారో? సచ్చినారో! అంటూ నలుగురు స్నేహితులతో ఇడుపులపాయకు బయలుచేరాడు.

రెండు గంటల తర్వాత నజ్మా ఉన్న ప్రాంతానికి వెళ్లారు. రాజా గాడిని, శీనుగాడిని చితకబాదారు. ఇద్దరూ నజ్మాను అనుభవిస్తున్నారని, నజ్మా కూడా దానికి సహకరించినదని తెలుసుకున్నారు. నజ్మా వైపు కైపుగా, రంజుగా, యావగా, ఆకలిగా, కొవ్వుగా, మదంగా, బుసలు కొట్టి చూశారు.

ఆ చూపులకు అర్థం నజ్మాకు తెలుసు. ఏం చేస్తారు? మహా అయితే నన్ను చరుస్తారు. నా అవయవాలను గుద్దుతారు. నజ్మా పారిపోడానికి ప్రయత్నం చేయలేదు. ఒక జంతువు నుండి అయితే తప్పించుకుంటుంది కానీ అన్ని జంతువులు కలిసి దాడి చేస్తే ఏం చేయగలదు? ఏమీ తెలియనట్లు తల దించుకుంది.

'వీరేశ్... నజ్మా దగ్గరికి వెళ్లి ఇస్తావా? తీసుకోవాలా అన్నాడు.'

నజ్మా స్పందించలేదు. స్పందించి ఏ జవాబు ఇచ్చిన వీరేశ్ చేయాలనుకున్నది చేస్తాడు. తాను తప్పించుకోలేదు కానీ వాడితో

పొందును మాత్రం కోరుకోలేదు భయం, వణుకు, నిస్సహాయత, నిరాశ ఆవహించాయి. స్పందించకపోవడమే నజ్మా చేసిన తప్పు. అది కేవలం నజ్మా తప్పేనా? స్త్రీ జాతి తప్పు. ఎగిచ్చి తన్నిండాలి, పిడికిలితో పురుషాంగంపై గుద్ది ఉండాలి. అలా చేయలేదు.

వీరేశ్.. నజ్మాను ఆక్రమించాడు, తన నగ్న ఫొటోలను తీసుకున్నాడు. అక్కడున్న ఇంకో ముగ్గురు స్నేహితులు కూడా ఆ దృశ్యాలను మొబైల్స్ లో రికార్డు చేసుకున్నారు. ఒక్కొక్కరుగా నజ్మాను లాక్కున్నారు, గుంజుకున్నారు, కదిపారు, కుదిపారు, పొడిచారు. కేవలం శరీరానికేనా మనసును కూడా పొడిచి పొడిచి తగలపెట్టారు. ఒక పంది రక్కింది, మరో దున్నపోతు గుద్దింది, ఒక గాడిద కొరికింది, మరో ఎనుము కుమ్మింది, ఎత్తి కుదేసింది.

వాళ్ళెవ్వరు నజ్మాను ఒక మనిషి అనీ, తనదీ ఒక శరీరమని భావించలేదు. భావించాల్సిన అవసరం లేదని వారి నిర్ణయం, తెగింపు. నజ్మాను ఒక కుప్పగా, ముద్దగా, కట్టెలను కొట్టి ఒక మోపుగా చేసినట్లు, కోడి మెడ విరిచినట్టు, బాతు గొంతును నులిమినట్టు. ముగ్గురిని బండ్లో ఎక్కించుకొని నరసింహారెడ్డి దగ్గరకు వెళ్లారు.

నరసింహారెడ్డికి యాభై ఏళ్ళు ఉంటాయి. అయినా అంత వయసు ఉన్న వ్యక్తిలా కనపడడు. సన్నగా, ఎత్తుగా గుబురు గుబురు మీసాలతో గంభీరంగా ఉంటాడు. నిజానికి గంభీరంగా ఏమీ ఉండడు, ఉండటానికి ప్రయత్నం చేస్తూ ఉంటాడు. కొన్నిసార్లు సఫలం అవుతాడు, మరికొన్ని సార్లు విఫలం అవుతాడు.

నరసింహారెడ్డికి ఒకటే భార్య. భార్య ఒక్కటే రంకు మాత్రం ఎంతమందితోనో! నరసింహారెడ్డికి ఉన్న ఒక మంచి లక్షణం ఏమిటంటే? స్త్రీని బలవంతంగా అనుభవించడు తాను కోరి వస్తే డబ్బులు ఇస్తాడు, చీరలు కొనిపెడతాడు, ఇల్లు కట్టిస్తాడు, వారి సమస్యలను తన సమస్యలుగా భావిస్తాడు.

ఒక్కసారి తనతో పండుకుంటే జీవితాంతం ప్రేమగా చూసుకుంటాడు. వాస్తవానికి పడుకోకపోయినా.. ప్రేమిస్తాడు, కామిస్తాడు. ఇప్పటికే మూడుసార్లు మున్సిపల్ చైర్ పర్సన్ గా గెలిచి తన ఆధిపత్యాన్ని చెలాయిస్తున్నాడు.

'ఏం.. మ్మా? బుద్ధి లేదూ? చదువుకోమని పంపితే ఇలాంటి పనులా చేసేది? మీ నాయన ముఖం చూసినావా? ఎలా అయిపోయినాడో?.'

నజ్మాకు ఏదీ వినపడటం లేదు. తనకు జరిగిన, జరుగుతున్నా అన్యాయాన్ని ఎవరూ ఎందుకు పట్టించుకోవడం లేదు? అయినా అది అన్యాయం ఎలా అవుతుంది? రాజాతో నేను ఇష్టంగానే కలిసాను కదా! మరి వీరేశ్ వాళ్లు చేసింది!? పోలీసులకు చెప్పితే వాళ్లకు శిక్ష పడుతుందా? నరసింహారెడ్డికి చెపితే లాభం ఉంటుందా? ఉండదు. ఎలాంటి ప్రయోజనం ఉండదు.

అందరూ అంతే. ఆ విషయాలన్నీ చెపితే నాన్న చచ్చిపోతాడు. కొన్ని రోజులు ఆగితే నిదానంగా చెప్పవచ్చు. ఇప్పుడు తన మనసులో ఏమీ లేదు.

శీను, రాజా గాళ్ల గురించి ఆలోచించే సమయం లేదు. తాను గాయపడింది. శారీరకంగా కాదు మానసికంగా. అందుకే మౌనంగా ఉండిపోయింది. సమాధానాలు లేక కాదు.. ఉన్నాయి.. అయినా మాట్లాడే ఓపిక లేదు. ఓపిక చేసుకొని మాట్లాడిన ప్రయోజనం ఉండదు.

'నెత్తి, నోరు బాదుకుంటూ ఎంత పని చేసినావే? ఊళ్లో అందరూ నిలబెట్టి ఉమ్మితాండారు. నేనేం ఖర్మ చేశానే నిన్ను కన్నా పాపానికి నాకింత శిక్ష వేసినావు? పుట్టినప్పుడే చంపి ఉంటే! నాకు ఈ గతి పట్టేది కాదు కదే.'

ఒరేయ్ లంజాకొడకా! ఏం మందు కలిపినావురా దానికి? నిన్ను చంపి జైలుకు పోతా అని శీనుగాడి మీదకు పోయినాడు.

అక్కడున్న వాళ్లంతా ఖాదర్ ని పట్టుకొని బిడ్డ వచ్చింది కదా! తోలుకుపో వాని సంగతి పోలీసులు, నరసింహారెడ్డి సార్ చూసుకుంటారని కొందరు నచ్చచెప్పారు, మరికొందరు కోపంగా అరిచారు, ఇంకొందరు అయినా వాడి మీదకు బో.. పోతున్నావే నీ కూతురు ఏమైనా? తక్కువ తినిందా? ఆయమ్మి ఇష్ట ప్రకారమే పోయింది కదా! అని చివాట్లు పెట్టారు.

వాస్తవాన్ని గట్టిగా అరిచి చెప్పారు. ఖాదర్ తనను తాను సముదాయించుకొని నరసింహారెడ్డికి దండాలు పెట్టి నజ్మాను తీసుకొని అక్కడి నుండి వెళ్ళిపోయాడు.

***

చెప్పి చెప్పి నోరు పడిపోయేలా ఉంది. కొట్టి కొట్టి చేతులు సచ్చుపడేలా ఉన్నాయి. ఎన్నిసార్లు కొట్టినా, తిట్టినా నజ్మా మారడం లేదు. అందుకే కొట్టడాలు, తిట్టడాలు వద్దనుకున్నాడు.

బతిమిలాడాలి, బుజ్జగించాలి, ప్రేమగా లాలించాలి, సెంటిమెంటల్ గా కొట్టాలి, చెప్పిన మాట వినకుంటే చంపుతానని కాకుండా చనిపోతానని, మీ అమ్మను చంపుతానని బెదిరించాలి, బ్లాక్ మెయిల్ చేయాలి, తన పంథా మార్చుకున్నాడు, నజ్మాను ప్రేమగా చూసుకున్నట్లు నటించాడు, నువ్వే మా సర్వస్వం అన్నాడు. జరిగిందేదో జరిగింది ఇకనైనా మా మాట విను! నీకు మంచి జీవితం ఉందని నమ్మబలికాడు.

తండ్రి చూపిన ప్రేమకు నజ్మా కరిగింది, నమ్మింది, ప్రేమగా మాట్లాడింది, తనకు జరిగిన అన్యాయాన్ని చెప్పడానికి ప్రయత్నం చేసింది. ఖాదర్ తనని మాట్లాడనివ్వలేదు పడుకోమన్నాడు, ఇంటిపట్టున ఉండి విశ్రాంతి తీసుకో, మొత్తం నేను చూసుకుంటానన్నాడు.

వారంరోజులు గడిచిన తర్వాత 'నాన్నా నేను శీనును పెళ్లి చేసుకుంటాను' అనింది. శీనును పెళ్లి చేసుకోవడం ఇష్టం లేదు అయినా చేసుకోవాలి.

లేదంటే తనను ఎవరూ చేసుకోరు, చేసుకున్నా తనకు జరిగిన విషయాల గురించి తెలిస్తే వదిలేస్తాడు, కొడతాడు, హింసిస్తాడు, తాను కూడా ఇంకో పది మంది దగ్గర పడుకోబెడతాడు, లంజా, లపక అంటాడు. పెళ్ళికి ముందే కులుకినావు, ఎంతమంది

మగాళ్లను చూసావో, బాగా రుచి మరిగి ఉంటావు అంటాడు. శీను అయితే అర్థం చేసుకుంటాడు అనుకుంది. పిచ్చిది, ఎర్రిది, తెలివిలేనిది.

'వాడు మన కులం వాడు కాదు. వాళ్లమ్మ మంచిది కాదు. పోయి ఎరికల వీధిలో ఉంటావా?

చెప్పింది విను తల్లీ! సాయిపీర్ ని పెళ్లి చేసుకో, వాడైతే నిన్ను ప్రేమిస్తున్నాడు. నిన్ను బాగా చూసుకుంటాడు.'

'వద్దు నాన్నా! వద్దు' బావను మోసం చేయకూడదని.

'చేసింది చాలు ఇప్పుడైనా చెప్పింది విను! లేదంటే నీ జీవితం కుక్కలు చింపిన విస్తరి అవుతుంది.'

'ఎందుకు నాన్నా? నేను చెప్పింది వినరు, నా మనసును అర్థం చేసుకోరు, నా జీవితాన్నే కాదు.. నా శరీరాన్ని కూడా కుక్కలు చింపాయి నాన్నా అంటూ తనకు జరిగిన విషయాలన్నీ చెప్పింది.'

ఖాదర్ వెక్కి, వెక్కి, ఏడ్చాడు, కుమిలిపోయాడు. కూతురు పడిన హింసను విని తట్టుకోలేకపోయాడు, హత్తుకున్నాడు. నజ్మా తల్లి కూతిరి బాధను చూసి గొంగేలు పెట్టి ఏడ్చింది. మీ నాయన చెప్పిన మాట విని ఉంటే ఇలా అయ్యేది కాదు. ఇంకొన్ని రోజులు శీనుగాడి దగ్గర ఉంటే నిన్ను లంజను చేస్తాడు, పండబెట్టి సంపాదిస్తాడు. తిట్టింది, కొట్టింది, కేకలు వేసింది, ఏడ్చింది, పిచ్చి దానిలా ప్రవర్తించింది, నెత్తిని గోడకేసి గుద్దుకుంది. ఇలాంటి బతుకు బతికేకంటే చావడమే మంచిదని తీర్మానించింది.

పెళ్లి అయ్యి ఇన్ని సంవత్సరాల్లో ఎప్పుడూ గొంతు విప్పలేదు. బిడ్డ జీవితాన్ని చూసి తట్టుకోలేకపోయింది మౌనం మోగింది, గర్జించింది. బిడ్డ మీద ప్రేమే తనను మాట్లాడేలా చేసింది. నిజానికి చాలాసార్లు మాట్లాడాలనుకుంది కానీ ధైర్యం చేయలేకపోయింది. మాట్లాడితే ఏమౌతుందోనని భయపడింది. వచ్చిన అవకాశం వదులుకోకూడదు అనుకోని మాట్లాడింది. బిడ్డ జీవితం బాగుపడాలని.

తల్లిదండ్రుల బాధకు, ప్రేమకు, నటనకు లొంగిపోయింది. లొంగిపోవడం తప్ప వేరే అవకాశం లేదు. తనకు జరిగింది చెప్పినా కూడా సాయిపీర్ ని పెళ్లి చేసుకో అన్నారు. ఇక తన జీవితం తన చేతుల్లో లేదని భావించింది. అదే నిజమని నమ్మింది. నోరు విప్పలేదు, విప్పిన లాభం లేదని తెలుసుకుంది.

నజ్మా ఇంటికి వచ్చిందని తెలిసి బాబవలి, సాయిపీర్, నజీరూన్ వచ్చారు. నజ్మాతో ప్రేమగా మాట్లాడారు బాధపడకని ఓదార్చారు. నువ్వు మంచిదానివి, అమాయకురాలివి. అందుకే నిన్ను.. వాడు మోసం చేశాడు, మాయమాటలు చెప్పి తీసుకెళ్లాడు. ఆ చీకటి రోజులను మర్చిపో.

నా బిడ్డను పెళ్లి చేసుకుంటే నీ జీవితం బంగారుమయం అవుతుందని నజీరూన్ నచ్చచెప్పింది, ధైర్యాన్ని ఇచ్చింది. తన ఇష్టాన్ని కనుక్కోడానికి ప్రయత్నం చేసింది.

నజ్మా మౌనంగా ఉండిపోయింది. సాయిపీర్ కన్నుల్లో నుండి కన్నీరు కారాయి. కన్నీరు ఎందుకు వచ్చాయో? తన

ప్రియురాలు మోసపోయిందనో, శారీరకంగా చెడిపోయిందనో, ఏమైనా కారణం కావచ్చు. ఏ కారణానికి అయినా సాయిపీర్ అర్హుడే.

'పెళ్లి త్వరగా జరిగిపోవాలి.. లేదంటే ఏమైనా జరగవచ్చు.' బాబావలి పెళ్లి మాట ఎత్తాడు.

'సరే బావ! అలాగే చేద్దాం. నజ్మా.. నా పెద్ద బిడ్డ. ఇలా జరిగిందని తూ తూ మంత్రంగా పెళ్లి చేయలేను. ఘనంగా చేయాలి, అందరిని పిలవాలి.'

'నీ ఇష్టం ఖాదర్! కానీ పెళ్లి తొందరగా జరిగిపోవాలి.'

వారం రోజులకే అంగరంగవైభవంగా ఊరందరిని పిలిచి పెళ్లి చేశాడు.

వాడు.. రా.. మొగోడంటే బిడ్డ నెల రోజులు ఎవరితోనో పోయిన కూడా అంగరంగ వైభవంగా పెళ్లి చేశాడని కొందరూ, చెడిన కూతురికి ఎంత గొప్పగా పెళ్లి చేసినా ఏం లాభం? అని మరికొందరూ, ఏదో! చిన్నపాప తప్పు చేసింది. దాన్ని సరిదిద్ది మంచి భవిష్యత్తును ఇచ్చాడని పెళ్లికి వెళ్లినవారు రకరకాలుగా మాట్లాడుకున్నారు. ఇలాంటి పెళ్ళికి మేము రామని చెప్పినవాళ్లు పెళ్ళిలో ముప్పై రకాల వంటలు చేశారనే సంగతి తెలుసుకొని బాధపడ్డారు. ఆయమ్మి చెడిపోతే మనకేంది? పెళ్ళికి వెళ్లి ఉంటే బాగుండేదని కొందరు అనుకున్నారు.

వీడు మొగోడేనా!? చెడిపోయిన దాన్ని పెళ్లి చేసుకున్నాడని కొందరూ, ఆదర్శ వివాహమని మరికొందరూ, ఆ నత్తి

నా కొడుకుకి అంతకంటే మంచి సంబంధం ఎలా వస్తుందని? ఇంకొందరూ చెవులు కొరుక్కున్నారు.

ఎవరు ఏం మాట్లాడిన పెళ్లి జరిగిపోయింది.పెళ్ళికి ఎవరు వెళ్లినా, వెళ్లకపోయినా పెళ్లి జరిగిపోయింది.

***

నువ్వు పెళ్లికి ముందే ఎవరినో ప్రేమించావు. వాడితో పడుకున్నావు. నీ లాంటి దాన్ని నేను ఏలుకోను చెడిపోయిన దాన్ని ఇచ్చి మీ నాయన నాకు పెళ్లి చేశాడు. నీ చిన్నమ్మ రంకు నాకు తెలియనీయలేదు. ఇప్పుడు మీ అన్న కూడా ఒక లంజను చేసుకున్నాడు. ఇలాంటి ఆడ ముండలను నేనెక్కడా చూడలేదు. నీకు నాలుగు సార్లు కడుపు తీయించారని నాకు తెలియదు అనుకున్నావా? వద్దే వద్దు నువ్వు నా దగ్గర ఉంటే నా కూతురు చెడిపోతుంది. నీకు తలాక్ ఇచ్చేస్తానని తలాక్ తలాక్ తలాక్ అని మూడు సార్లు అరిచాడు.

పెళ్లికాక ముందు ప్రేమించిన మాట నిజమే కానీ పెళ్లి తర్వాత మిమ్మల్ని తప్ప వేరే మగవాడిని ఊహించుకోలేదు. మీరే నా సర్వస్వం, మీరు లేకపోతే ఎలా బతకాలి? మన పిల్లల ముఖాలైనా చూడండి. వాళ్లను తండ్రిలేని పిల్లలు చేయకండి. గతం గతః దయచేసి వదిలేయండి.

పెళ్ళైన తర్వాత ఎవరితో కలవలేదన్నమాట నిజమే కానీ తన ప్రియుడిని తలుచుకొని క్షణం లేదు భర్తతో సంసారం చేస్తున్న కూడా తన మనసులో ఈరిగాడే ఉన్నాడు.

భర్తకు, అత్తమామలకు, తల్లిదండ్రులకు, సమాజానికి భయపడి జీవితం కొనసాగిస్తోంది. ఆడది కనుక సర్దుకుపోతోంది, సర్దుకుపోవాలి సర్దుకుపోవడం అలవాటు చేసుకుంది. ఇప్పుడు భర్త వద్దు అంటున్నాడు. భర్త వదిలేస్తే భర్తను ఏమి అనరు మొగుడు వదిలేసినాడంటే ఏం చేసిందో! పెళ్ళికి ముందు కులికింది.

ఇప్పుడు ఏదో చేసే ఉంటుంది అందుకే వదిలేసాడని నిందిస్తుంది. తప్పు తానే చేసిందని నిర్ధారిస్తుంది. స్త్రీలు ఉన్నది తప్పులు చేయడానికే. స్త్రీలు తప్పుడు మనుషులు, స్త్రీలు రంకు పనులు చేస్తారు. స్త్రీలు ఇతర మగాళ్లతో రంధి తీర్చుకుంటారు. సమాజం స్త్రీల గురించి చెప్పే మాటలు.

'ముందు నా ఇల్లు దాటు, నీకు నా ఇంట్లో చోటు లేదు. నువ్వు చెడినదానివి.'

పుట్టింట్లో తండ్రి, అన్న ఇల్లు దాటు అంటే భయపడాలి. మెట్టింట్లో భర్త, అత్తమామలు ఇల్లు దాటమంటే హడలిపోవాలి. ఎక్కడైనా స్త్రీలకు నీడ ఉండదు. భయం గుప్పిట్లో బతకాల్సిందేనా? స్త్రీలు తమ సొంత కాళ్ల మీద నిలబడాలి. నా ఇల్లు దాటు అని స్త్రీలు అనే రోజులు రావాలి.

'వద్దండి! అంత మాట అనకండి. మీ కాళ్ల దగ్గర పడుంటా, ఇంట్లో ఒక మూలన పడుకుంటా, మీకు భార్యగా కాకపోయినా పిల్లలకు తల్లిగా ఉంటాను. ఈ తప్పే స్త్రీలు చేస్తున్నది ఇంకెనాళ్లు చేస్తారో!.' మాబుజాన్ ను ఇంట్లో నుండి బయటకు ఈడ్చాడు. కూతురిని పంపలేదు.

కొడుకు అమ్మా! అమ్మా! అని ఏడవడంతో పిల్లోన్ని కూడా బయటకు వెళ్లగొట్టాడు. రెండు రోజులు వరండాలోనే ఉండీ ఉండీ పుట్టింటికి వెళ్ళిపోయింది.

జరిగిన విషయం ఇంట్లో చెప్పి గోంగెలు పెట్టి ఏడ్చింది.

మరుసటి రోజే బాబావలి అల్లుడి ఇంటికి వెళ్ళాడు. జరిగిన తప్పుకు క్షమించమని వేడుకున్నాడు. అల్లుడి మనసు కరగలేదు. నీ కూతురికి తలాక్ ఇచ్చేశాను. దాన్ని ముఖం కూడా చూడనని చెప్పి ఇంటి నుండి బయటకు వెళ్ళిపోయాడు. ఏడుపు ముఖంతో బాబావలి ఇంటికి చేరుకున్నాడు. మత పెద్దలతో మాట్లాడి పంచాయితీ పెట్టించాడు అయినా అల్లుడి మనసు అరగలేదు.

మాబుజాన్ ఇంట్లోనే ఉండాల్సి వచ్చింది. పిల్లోన్ని తీసుకొని పూలు కుట్టుకుంటూ జీవితం కొనసాగిస్తోంది. అల్లుడు బిడ్డను ఏలుకోడని తెలిసి కట్నంగా ఇచ్చిన డబ్బు, నగలు వెనక్కి ఇవ్వమని అడిగాడు. డబ్బు లేదు గిబ్బు లేదు దాన్ని ఇన్ని సంవత్సరాలు పోషించిందే గొప్ప! నగలను నేనేం చేసుకుంటాను? కూతురికే ఉంటాయిలే అన్నాడు. బాబావలి ఎదురు మాట్లాడలేకపోయాడు ఏంచేయాలో అర్థంకాక మౌనంగా ఉండిపోయాడు.

భర్త విడాకుల కోసం నోటిసు పంపాడు. మాబుజాన్ ఒప్పుకోలేదు. ఆ కేసు కోర్టులో నడుస్తోంది.

అది పరిగెత్తే లోపు పిల్లలు పెద్దవాళ్లు అవుతారు. ఇప్పుడు బాబావలి, ఇద్దరు కూతుళ్లు, కొడుకు, కోడలు అందరూ ఒకే ఇంట్లో ఉంటున్నారు. కొడుకు, కోడలు పైన ఇంట్లో ఉంటున్నారు.

వంట మాత్రం అందరికీ ఒకే చోట జరుగుతోంది. పక్కింట్లో తమ్ముడు, తమ్ముడి భార్య ఉంటున్నారు. తమ్ముడి భార్య రంకు కొనసాగుతూనే ఉంది. నూర్జహాన్ కోసం పీరుసా ఇంటికి వస్తూ పోతూ ఉంటాడు. ఒకరోజు పీరుసా ఫోన్ లో నజ్మా నగ్న వీడియోలు చూసింది నూర్జహాన్.

'ఏంది ఇది?'

'పులివెందులలో ప్రతి మగాడి ఫోన్ లో ఉన్నదే.. నా ఫోన్ లో ఉందన్నాడు' నువ్వు నా కోసం ఒక పని చేయాలి.

'ఏమిటి...?' అనుమానంగా అడిగింది.

'నజ్మాను ఒక రోజైనా అనుభవించాలి. ఏముంటుంది అబ్బా! నువ్వు ఏర్పాటు చేస్తే చాలా రోజుల నుండి అడుగుతున్న బంగారు వడ్డానం కొనిస్తా.'

'అది నీకూ బిడ్డ వరుస అవుతుంది.'

'నాకెందుకు బిడ్డ అవుతుంది? నువ్వేమైనా తాళి కట్టిన నా భార్యవా?.'

నూర్జహాన్ కి తల బద్దలైంది. శరీరం ముక్కలు ముక్కలు అయినట్లు అనిపించింది. అవును తాను పీరుసాకి భార్య కాదు. ఉంపుడు గత్తె, పెట్టుకున్నది, ఇలా సమాజంలో వాళ్ల సంబంధానికి చాలా పేర్లు ఉన్నాయి.

'ఏమంటావు?'

మౌనంగా ఉండిపోయింది. ఆ విషయం గురించి మాట్లాడటానికి మనసు ఒప్పలేదు కానీ సరే అని తల ఆడించింది. ఆ వీడియోలను తన మొబైల్ లోకి ఎక్కించుకుంది.

ఇంట్లో ఎవరూ లేని సమయంలో నజ్మాను ఇంట్లోకి పిలిచి వీడియోలను చూపించింది. 'వీటిని పీరుసా.. వీరేశ్ దగ్గర నుండి తీసుకున్నాడంటా! వీటిని డిలీట్ చేయాలంటే నువ్వు ఒకరోజు అనగానే'

నజ్మాకు అర్థం అయ్యింది. ఇలాంటిది ఏదో తన జీవితంలో జరుగుతుందని ఎప్పుడో ఊహించింది. కానీ ఇలా జరుగుతుందని అనుకోలేదు. అక్కడి నుండి ఏడ్చుకుంటూ తన గదిలోకి వెళ్లి తలుపు వేసుకుంది.

ఆ తర్వాత వారం రోజులు నూర్జహాన్ ఏమి మాట్లాడలేదు. పది రోజుల తర్వాత పీరుసా దగ్గర ఒకరోజు గడిపితే శాశ్వతంగా ఆ వీడియోలు డిలీట్ అయిపోతాయి. ఇక జీవితాంతం వాడి బెడద ఉండదని మోసపోయింది. మగాడు ఒక రోజుతో వదిలేస్తాడని భ్రమ పడింది.

పీరుసాతో మంచం పంచుకుంది. ఆ తర్వాత పంచుకుంటూనే ఉంది. పీరుసా నజ్మాకు కూడా డబ్బులు ఇస్తున్నాడు. తప్పు ఎలాగో జరిగిపోయింది. ఒకసారి జరిగితే ఏంటి? వందసార్లు జరిగితే ఏంటి? అనుకుంది.

ఎవరూ లేని సమయంలో శీనుగాడు కూడా వస్తున్నాడు. శీనుగాడి తర్వాత రాజా గాడు, ఆ తర్వాత వీరేశ్, ఆ తర్వాత ఇంకెందరో! లెక్క కట్టలేము. నజ్మా మొదట మోసపోయింది, ఆ తర్వాత తప్పక చేసింది, ఇప్పుడు అలవాటు చేసుకుంది. శీను, రాజా, పీరసా, వీరేశ్ ఇలా అందరూ కలిసి అలవాటు చేశారు.

***

పిన్ని నూర్జహాన్, అన్న భార్య నజ్మా రంకు పనులు చేస్తూ దర్జాగా, హుందాగా తిరుగుతున్నారు. కావాల్సింది తింటున్నారు, కంటికి నచ్చింది కొని వేసుకుంటున్నారు, జీవితాన్ని సంతోషంగా గడుపుతున్నారు. తన జీవితం మాత్రం ఇలా అయిపోయింది. నచ్చింది తినడానికి లేదు.

బిడ్డకు బట్టలు కొనాలన్నా, చిన్న చిన్న అవసరాలు ఉన్నా అన్నీ తండ్రినే అడగాల్సి వస్తోంది. ఎన్ని రోజులని తండ్రి పోషిస్తాడు? ఎక్కడి నుండని డబ్బు తెస్తాడు? ఈరిగాడికి ఫోన్ చేసి పదివేలు కావాలని అడిగింది.

ఏ మగాడైనా ఊరికే డబ్బు ఎందుకు ఇస్తాడు? కట్టుకున్నవాడైనా, పెట్టుకున్నవాడైనా, ప్రియుడైనా ఎవరైనా సరే వాడితో పడుకుంటేనే డబ్బు ఇస్తాడు.

వీధిలో మాబుజాన్ కొడుకు ఆడుకుంటుంటే వాడి చేతిలో డబ్బు పెట్టి అమ్మకు ఇవ్వమని చెప్పాడు. పిల్లోడు డబ్బు తీసుకెళ్లి అమ్మ చేతిలో పెట్టాడు. అమ్మా ఆ అంకుల్ ఎందుకు డబ్బు ఇచ్చాడు? నీకు ఆ అంకుల్ తెలుసా? అని అడిగాడు.

మాబుజాన్ నోరు మెదపలేకపోయింది. రంకును బిడ్డ ముందు బయట పెట్టలేకపోయింది. ఆ అంకుల్ మీ నాన్న వాళ్ల ఫ్రెండ్, మీ నాన్నే మనకు డబ్బు పంపారు. ఈ విషయం ఎవరికీ చెప్పకని పిల్లోడి నోరు మూయించింది కానీ ఆ నోరు ఎన్ని రోజులు మూసుకుంటుంది? నోరు పెద్దది అవుతుంది, ప్రశ్నిస్తుంది, నిందిస్తుంది, రంకెలు వేస్తుంది, ఉమ్ముతుంది, కసురుతుంది, విసురుతుంది, గెంటుతుంది.

అ తర్వాత ఒకరోజు ఎవరూ లేని సమయంలో ఈరిగాడు ఇంటికి వచ్చాడు. మాబుజాన్ దగ్గరికి జరిగాడు, హత్తుకున్నాడు, చెంపలపై గిల్లాడు, బట్టలను చించాడు, కొత్త బట్టలు కొనిస్తా అన్నాడు. మెడలో మంగళసూత్రం తెంచాడు. కొత్త బంగారు గొలుసు కొనిస్తా అన్నాడు. మెట్టెలు మాసిపోయాయని తీసి పడేశాడు. మెట్టెలు లేకుండా నీ పాదాలు అందంగా ఉంటాయన్నాడు. తన పక్కలోకి, ఒడిలోకి, కౌగిలోకి, శరీరంలోకి చేరాడు.

నజ్మా, నూర్జహాన్, మాబుజాన్ వాళ్ల రంకును ఇంట్లోనే సాగించారు. ఎవరు ఎవరితో పడుకుంటున్నారో! ఏ గదిలో ఎవరు ఉంటున్నారో! ఎంతమంది మగాళ్లు ఆ ఇంటికి వెళ్తున్నారో ఎవరికీ తెలియదు.

సాయిపీర్ కి ఇంట్లో జరుగుతున్న రంకు గురించి తెలిసిపోయింది. తెలిసినా ఏం అనలేకపోయాడు. ఏమైనా అంటే భార్య తనను వదిలేస్తుంది. వదిలేస్తే తనకు అంతటి అందమైన భార్య దొరకదు. చూసి చూడనట్టు వ్యవహరించాడు. చివరకు సాయిపీర్ ఇంట్లో ఉండగానే శీను గాడు వచ్చాడు.

'చూడు నజ్మా! నువ్వు డబ్బు కోసం చేస్తున్నావో, భయపడి చేస్తున్నావో, తప్పక చేస్తున్నావో, గతిలేని కారణంగా చేస్తున్నావో నాకు తెలియదు. కాకపోతే నీ వీడియోలు నెట్ లో హల్ చల్ చేస్తున్నాయి. నువ్వు చేసే ప్రతి పని ఆన్ లైన్ లో లైవ్ వస్తోంది. నువ్వు ఎంత మందితో గడుపుతున్నావో ఊరిలో చర్చలు జరుగుతున్నాయి. నువ్వు చేసేది తప్పని నీకూ తెలుసు. జరిగింది ఏదో జరిగిపోయింది. ఇకనైనా ఈ రంకు పనులు ఆపు.

సరే అని తల ఊపింది కాని తను ఎలా ఆపుతుంది? తాను పెద్ద ఉచ్చులో పడిపోయింది. తను పీరుసా, వీరేశ్ మాటలు వినకపోతే చంపుతారు. తనని మాత్రమేనా తన భర్తను, తండ్రిని, తల్లిని అందరినీ దాని వెనుక ఉన్నది నరసింహారెడ్డి.

వాడు పులివెందులకే మున్సిపల్ చైర్మన్ కానీ పెద్ద పలుకుబడి ఉంది. ఇలా ఆడవాళ్లను రంకులోకి దించి సంపాదిస్తున్నాడు.

అయినా నరసింహారెడ్డిదే తప్పని చెప్పలేను నేను వేసిన ఒక చిన్న తప్పటడుగు నా జీవితాన్ని ఇలా చేసింది.

ఇక నేను ఈ ఉచ్చు నుండి బయటకు రాలేనని ఎలా చెప్పేది? కుళ్లి కుళ్లి ఏడ్చింది, చనిపోవాలని ప్రయత్నం చేసింది. ఆరోగ్యం చెడగొట్టుకుంది.

***

తప్పుడు పనులు, రంకు పనులు ఎన్ని చేసినా కూడా కాస్తో-కూస్తో సంపాదించాడు మున్నా.

అయితే తాగి తాగి మంచాన పడ్డాడు. రహమత్ ని తన్నినందుకు కాళ్లు, కొట్టినందుకు చేతులు రంకు అంటగట్టి అనరాని మాటలు అన్నందుకు నోరు పడిపోయాయి.

సంవత్సరం అవుతోంది మంచాన పడి తినడం, పోవడం, పడుకోవడం అన్ని మంచంపైనే అయినా కొవ్వు మాత్రం తగ్గలేదు మాటలు రాకపోయినా మూగి గొంతుతోనో, కళ్లతోనో భార్యని శాసిస్తూనే ఉన్నాడు. మున్నా శాసించడం కాదు రహమత్ మున్నాను భరిస్తోంది. భార్య భరించాలి కొట్టినా, తిట్టినా ఏం చేసినా అందుకే భరిస్తోంది. భర్త మీద ప్రేమ లేదు. కాకపోతే భర్త అనారోగ్యంతో ఉంటే పట్టించుకోకుండా తిరుగుతోంది, తిరుగుబోతు అని సమాజం నిందిస్తుంది లేదంటే ఎప్పుడో కొట్టి చంపేసి ఉండేది.

మంచంలో పడినా కూడా హింసిస్తూనే ఉన్నాడు. ఇంకా ఎన్ని సంవత్సరాలు ఈ చాకిరి చేయాలో?! అని బాధపడింది, కుమిలిపోయింది తన జీవితం నాశనం అయ్యిందని ఏడ్చింది.

మున్నా మంచాన పడినప్పటి నుండి రహమత్ ని అనుమానించడం ఎక్కువై పోయింది. తన దగ్గర నుండి పది నిముషాలు పక్కకు వెళ్తే చాలు ఎవరితో రంకు నడుపుతున్నావే? నేను మంచంలో పడ్డానని ఎవరినో కొత్త మిండగాడిని పెట్టుకున్నావు కదూ నేను పడుకున్నాకా వాడు ఇంటికి వస్తున్నాడు. నాకు తెలుసు నీ రంకు కథలు అంటాడు.

కిచెన్ లోకి వెళ్తే ఎవడో ఫోన్ చేసినాడు కదూ అందుకే 24 గంటలు కిచెన్ లోనే ఉంటావు.

స్నానం చేస్తే రాత్రికి ఎవరికో అపాయింట్ మెంట్ ఇచ్చినట్లు ఉన్నవే అని నీచంగా మాట్లాడతాడు. చీర కడితే ఎవరికి చూపడానికే అని గుర్రుగా చూస్తాడు. నైటీ వేసుకుంటే ఎవరో వచ్చి వెళ్ళాడు కదా! ఏది చూపించు వదులై ఉంటుందని బట్టలను విప్పమంటాడు. తల దువ్వుకుంటే.. అందంగా రెడి అయ్యి ఎవరినో వలలో వేసుకోవాలని చూస్తున్నావు. ఇప్పుడు ఉన్నవాళ్లు చాలడం లేదా అని గొణుగుతాడు.

కళ్ళు మూస్తే మిండగాడిని గుర్తు చేసుకుంటున్నావా అని, ఇంట్లో అటూ, ఇటూ పని మీద తిరిగితే ఎవరి కోసం వెతుకుతున్నావు? వస్తాడులే అంత తొందర ఎందుకు అంటాడు. రహమత్ ఏం చేసినా మున్నా ఏదో ఒకటి వదురుతూనే ఉంటాడు. రహమత్ మాత్రం మున్నా మాటలను పట్టించుకోదు. మున్నాకు అనుమానపు జబ్బు పట్టింది. ఇక మారడు చనిపోయే వరకు అలానే మాట్లాడుతాడని తెలుసుకుంది. చచ్చిన పామును చంపడం ఎందుకని వదిలేసింది.

కదిరిలో రెండు ఇల్లు ఉన్నాయి వాటిని అద్దెకు ఇచ్చింది. ఆ డబ్బుతోనే ఇంటిని నెట్టుకువస్తోంది. ఆ డబ్బుతోనే మున్నాకు మందులు తెస్తుంది. ఒంటరిగా ఉన్నావు. డబ్బు అవసరం ఉంటుంది రాత్రికి వస్తే నేను ఇస్తానని పక్కింటి పీరయ్య, బాగా వయసులో ఉన్నావు మొగుడు మంచంలో ఉన్నాడు. నువ్వు సరే అంటే పని జరుగుతుందని కూరగాయల కొట్టు శెట్టి గాడు అంటారు. పాలు పోసే వాడు, ఇంటికి గ్యాస్ తెచ్చేవాడు, కరెంటు బిల్లు ఇచ్చేవాడు ఇలా అందరూ రహమత్ మీద యవగా ఉన్నారు.

ప్రతి రోజు మున్నాకు నాలుగు పూటల అన్నం తినిపించాలి, కాళ్లకు మసాజ్ చేయాలి, రెండు రోజులకొక సారి స్నానం చేయించాలి. ఉదయం లేచినప్పటి నుండి రాత్రి పడుకునే వరకు ఒకటే పని శరీరం హూనం అయిపోతుంది.

పనుల వల్ల శారీరకంగా, మున్నా మాటల వల్ల మానసికంగా రోజుకు కొన్ని వందల సార్లు చచ్చిపోయి మళ్ళీ బతుకుతుంది. కాళ్లు, చేతులు, నోరు పడిపోయినా కూడా రహమత్ తన పక్కలో పండాలి. మున్నా రహమత్ ని కొరుకుతాడు. అలా కొరకడానికి కదలలేడు.

అందుకే రహమత్ తన శరీర అవయవాలను తన నోటికి అందించాలి లేదంటే కసురుకుంటాడు, మొగుడిని సుఖ పెట్టలేవా? ఎవరికో రుచి మరిగినట్లు ఉన్నావు. ఈ సచ్చు సన్యాసి ఏం చేయలేడనే కదా! అని నిందిస్తాడు, శపిస్తాడు, సరిగా సహకరించకపోతే వక్షోజాలను, మర్మాంగాన్ని ఇంకా వివిధ శరీర భాగాలను కొరుకుతాడు రక్తాన్ని కళ్ల చూస్తాడు.

తన బాధలు చెప్పుకోడానికి తల్లిదండ్రులు లేరు. అన్నలు ఉన్నా లేనట్టే కనీసం చెల్లి బతికి ఉందా అని కూడా పట్టించుకోరు. అయినా ఎవరి సమస్యలు వారికి ఉన్నాయని నచ్చ చెప్పుకుంది.

నూర్జహాన్ తన కుటుంబాన్ని ఎలా చెడగొట్టిందో తలుచుకొని మరింత బాధపడుతుంది. చక్కగా పెరగాల్సిన పిల్లలు నాశనం అయ్యారని, బతుకులు బాగు పడలేదని కుమిలిపోతుంది.

అప్పుడప్పుడు మాబుజాన్ మాత్రమే అత్తకు ఫోన్ చేసి మాట్లాడేది ఇంట్లో జరిగే విషయాలన్ని చెప్పేది.

మాబుజాన్ ను భర్త వదిలేసినాడని తెలిసి తట్టుకోలేకపోయింది. అప్పుడప్పుడు మాబుజాన్ కోసం డబ్బులు కూడా పంపేది. మాబుజాన్ కూడా రెండు నెలలకు ఒకసారి అత్త దగ్గరకు వెళ్లి వస్తుండేది. అత్త మీద ప్రేమ సంగతి ఏమో కానీ ఆ విధంగా ఈరిగాడిని కదిరిలో కలుసుకునేది. కదిరిలో కులికి వచ్చేది. పిల్లోన్ని ఇంట్లో అమ్మ దగ్గర వదిలేసి తన రంకు కొనసాగించేది. అది గమనించిన రహమత్ ఊళ్లో ఎక్కడపడితే అక్కడ తిరగొద్దు. మీరు మాట్లాడుకోవాలంటే ఇంట్లోనే మాట్లాడుకోండి. కేవలం మాట్లాడుకోవడం మాత్రమే కాదు వాళ్లకు నచ్చినవి వెచ్చగా, సుఖంగా, భయం లేకుండా ఇంట్లోనే చేసుకున్నారు.

అప్పుడప్పుడు మాబుజాన్, ఈరిగాడు రహమత్ దగ్గరికి వెళ్లి వచ్చేవాళ్లు తలుపులు వేసుకొని మాట్లాడుకునేవాళ్లు, శబ్దాలు వచ్చేలా మాట్లాడుకునేవాళ్లు. ఆ శబ్దాలు విని ఇంట్లోనే లంజల వ్యాపారం పెట్టినావు కదే! అంటూ తిట్టేవాడు.

ఆ శబ్దాలు మున్నా తిట్లలో కలిసిపోయేవి. ఈరిగాడు మాబుజాన్ ను మాత్రమే తగులుకున్నాడా లేదంటే నిన్ను కూడానా అని అడిగేవాడు. తన అంచనా ప్రకారం మాబుజాన్, రహమత్ ఇద్దరూ ఈరిగాడితో మంచం పంచుకుంటున్నారు.

అన్నబిడ్డ పార్కులకు, లాడ్జులకు పోతే ఎవరైనా చూస్తారని ఆడ పిల్లలకు మంచిది కాదని వయసులో ఉంది కనుక కోరికలు సహజమని ఇంట్లోకి రానించింది. భర్త ఆడిపోసుకుంటున్నాడు. అయినా ఆడబిడ్డ గురించి ఆలోచించింది. తన అన్నలు తనని అనరాని మాటలు అన్నా కూడా అన్న బిడ్డలను కాపాడాలని తాపత్రయ పడింది. కేవలం అన్న బిడ్డ అని మాత్రమే కాదు. తల్లిలా ఆలోచించింది, తోటి స్త్రీ సమస్యను గుర్తించింది.

***

మాబున్ని అక్క ఇల్లు రంకు కొంప అయ్యింది. చక్కని ఇంటిని రంకు కొంప చేసింది ఎవరు? వారికి వారే రంకులో దిగారా? వారి శరీర కోరికలు రంకులో దిగేలా చేశాయా? అవసరాలు రంకులోకి దింపాయా? పురుష సమాజం రంకులోకి నెట్టిందా?

ఈ ప్రశ్నలకు సమాధానాలు మాబుజాన్, నూర్జహాన్, నజ్మా కాదు చెప్పాల్సింది సమాజం కేవలం సమాధానాలేనా? వాటికి పరిష్కారాలు కూడా వెత్తుక్కోవాలి.

మెల్ల మెల్లగా నజ్మా కోసం చాలామంది వెళ్లడం మొదలు పెట్టారు. గంటల లెక్కన వసూలు చేయడం మొదలు పెట్టింది.

పెద్ద పెద్ద రాజకీయ నాయకుల ఇళ్లకు వెళ్ళడం అలవాటు అయిపోయింది.

పీరుసా కూడా నూర్జహాన్ ని వదిలేసి నజ్మాను తగులుకున్నాడు. చూస్తుండగానే నజ్మా లక్షలు సంపాదించింది. నజ్మా సంపాదనను చూసి నూర్జహాన్ కి కన్ను కుట్టింది. మొన్నటి దాకా తన ముందు ఒద్దికగా తిరిగే నజ్మా పొగరుగా తిరుగుతోంది. ఆటోను వదిలి కారులో తిరుగుతోంది. పులివెందులలో కాకుండా వేరే ఊళ్లకు పోయి సంపాదించుకొని వస్తోంది.

తన ముందే కాలు మీద కాలేసుకొని కూర్చొంటోంది. బాబావలి ఇంటికి చేసిన అప్పును తీర్చింది. ఇల్లు చిన్నగా ఉన్నదని వేరే ఇల్లు కొనింది. అది కేవలం గెస్ట్ హౌస్ మాత్రమే. రంకు పనులు జరిగేది మాత్రం ఇంట్లోనే. ఒక్క ఇల్లు కాస్తా పది అయ్యాయి.

పులివెందుల, కదిరి, వేంపల్లి, మదనపల్లి, ప్రొద్దుటూరు, కడపలో ఇంటి జాగాలు తీసుకుంది. తన ఆర్థిక విస్తరణను అంచలు అంచలుగా పెంచుకుంది. ఒక్కప్పుడు నజ్మాను లంజ, లప్క అన్నవారు మేడం అంటున్నారు. చెప్పుతో కొట్టాలి దాన్ని అన్నవారు చెప్పులను విడిచి నజ్మా దర్శనం కోసం ఎదురుచూస్తున్నారు. రంకు కొంప, లంజల కొంప అన్నవారు ఆ ఇంటికి వెళ్తే సుఖంగా రావచ్చని చెవులు కొరుక్కుంటున్నారు.

మాబుజాన్ ఈరిగాడితో పాటు ఇంకొందరిని తగులుకుంది. నజ్మాతో పోటీ తగలాలని కాదు, నజ్మా కాళ్ల దగ్గర పడి ఉండాల్సిన అవసరం రాకూడదని. తన సంపాదన తనకు ఉండాలని.

దేహి అని అడుక్కు తినకూడదని. వాళ్ల ముగ్గరితో జత కలిపింది హాజ్ మున్ని. తన అక్క, వదిన, చిన్నమ్మ బాటను అనుసరించిది.

పెళ్లి కూడా చేసుకోలేదు చేసుకోవాల్సిన అవసరం రాలేదు. ఖాజాను హాజ్ మున్ని తగులుకోలేదు. ఖాజానే హాజ్ మున్నిని గెలికాడు.

హాజ్ మున్ని కంప్యూటర్ నేర్చుకోడానికి ఖాజా దగ్గరకు వెళ్ళింది. ఖాజాకు పులివెందులలో పెద్ద కంప్యూటర్ ఇన్స్టిట్యూట్ ఉంది.

ఖాజా వయసు నలభై ఐదు ఉంటాయి. హాజ్ మున్నితో పాటు చాలా మందిని గెలికాడు. కొందరు ఒప్పుకున్నారు, మరికొందరు ఒప్పుకోలేదు. ఒప్పుకుంటే పని కానిస్తాడు లేదంటే వదిలేస్తాడు.

మంచిగా, ప్రేమగా ఆడపిల్లలను బుజ్జి అంటాడు. కంప్యూటర్ నేర్పించే సాకుతో చేతులను పట్టుకుంటాడు. వెనక నుండి వీపు నిమురుతాడు. అలా కాదు ఇలా చేయాలని మౌస్ ని పట్టుకున్నట్లు నటిస్తూ యదను తాకుతాడు. తొడలపై చరుస్తాడు, చనువు పెంచుకుంటాడు.

మొదట తన మాటలతో, చేతలతో శరీరాన్ని వేడెక్కిస్తాడు. ఆ తర్వాత కంప్యూటర్ లో బూతు బొమ్మల ఫోల్డర్ ఓపెన్ చేసి పొరపాటుగా ఓపెన్ చేసినట్లు నటించి బొమ్మలు చూపించి క్లోజ్

చేస్తాడు. అలా రకరకాల విన్యాసాలు చేసి ముగ్గులోకి కాదు కాదు రంకులోకి దించుతాడు. హాజ్ మున్నిని కూడా అలానే దింపాడు. ఖాజా దగ్గర లొంగిన స్త్రీలు యాదవ్ గాడి దగ్గర లొంగాల్సిందే యాదవ్ దగ్గర లొంగిన వారు ఖాజా దగ్గర లొంగుతారు.

ఖాజా, యాదవ్ స్నేహితులు. స్నేహితులు అంటే ఒకే చోట చదువుకున్నవారు కాదు. ఒకే స్త్రీని ప్రేమించి ఇద్దరూ ఆమెను అనుభవించినవారు. అలా స్నేహితులు అయ్యారు.

మహిళలను బుట్టలో వేసుకొని చెరిసగం పంచుకుంటారు. పంచుకోవడంలో ఉన్న మజాను ఆస్వాదిస్తారు. హాజ్ మున్ని యాదవ్ దగ్గర కూడా లొంగింది. ఆ తర్వాత ఎంత మంది దగ్గర లొంగినా పర్వాలేదు అనుకుంది. అక్క, చిన్నమ్మ, వదిన చేస్తే తప్పు లేనిది నేను చేస్తే తప్పు ఎలా అవుతుందని నమ్మింది. అలా తాను కూడా రంకులోకి దిగింది.

నూర్జహాన్ చేసే రంకు వీధిలో అందరికీ తెలుసు. నజ్మా చేసే రంకు మొబైల్ ఉన్న ప్రతి ఒక్కరికి తెలుసు. అదే వరుసలో మాబుజాన్, హాజ్ మున్ని కూడా దిగారు. నూర్జహాన్ విషయం తెలుసుకున్న నాడే మాబున్ని అక్క భయపడింది. తాను ఏదైతే భయపడిందో అదే జరిగింది. హుందాగా బతికిన మాబున్ని అక్క కుటుంబం రంకులోకి దిగింది.

జబ్బు చేసింది మందు ఇవ్వు తల్లీ అంటూ వచ్చేవారు.. మదం ఎక్కింది కోరికలు తీర్చండి అంటూ వస్తున్నారు.

***

నజ్మా పండంటి ఆడబిడ్డకు జన్మనిచ్చింది. తండ్రి ఎవరో తెలియదు. తెలుసుకోవాలనే ఆత్రుత నజ్మాకు లేదు. తండ్రి ఎవరైతే ఏంటి? సాయిపీర్ నే నాన్నగా చూపించింది. ఒక బిడ్డకు తల్లైన తర్వాత గిరాకి తగ్గుతూ వచ్చింది.

ముందు ఉన్నంత ఉషారు ఇప్పుడు లేదు. శరీరం సహకరించడం లేదు. మొదట్లో అయితే రోజుకు పదిమందికి పైగానే వచ్చేవారు. ఇప్పుడు రావడం లేదు. వచ్చే ముగ్గురు నలుగురితో కూడా రంకు చేయడానికి కుదరడం లేదు. శరీరం సచ్చు పడిపోతోంది, అనేక ఆసుపత్రులకు వెళ్ళింది. మందులు తీసుకుంది. చర్మ వ్యాధి సోకినట్లు వైద్యులు తీర్మానం చేశారు. వ్యాధికి మందు లేదు. నెమ్మది నెమ్మదిగా శరీరం సచ్చుపడుతుంది. ఒంట్లో బలం కోల్పోయి కట్టెలా మారిపోయి మంచానికే పరిమితం అవ్వాలి. ఇప్పుడు నజ్మా సచ్చుపడే దశలో ఉంది.

చేసిన తప్పులకు ఇలాంటి శిక్ష పడిందని మనసులో అనుకుంది. నిజానికి ఆమె చేసిన తప్పు ఏంటో మరి? శరీరం మీద చర్మం మొత్తం ఊడిపోయి ఎర్రగా కండ కనపడుతోంది. చర్మం పొలుసులు పొలుసులుగా ఊడిపోతోంది. తెల్లగా ఉండే నజ్మా ఎర్రగా మారిపోయింది.

ఒక్కసారైనా తనతో గడపాలి అనుకున్నవారు నజ్మా ముఖాన్ని కూడా చూడటానికి ఇష్టపడటం లేదు, భయపడుతున్నారు. నజ్మా దెబ్బకు మాబుజాన్, నూర్జహాన్, హాజ్ మున్ని గిరాకీలు కూడా నీరసించాయి.

ఇక రంకు పనిలో ఉంటే సంపాదించలేమని చిన్న చిన్న వ్యాపారాలు మొదలు పెట్టారు. మాబుజాన్ ఏమో ఒక పెద్ద సూపర్ మార్కెట్ తెరిచింది. హజ్ మున్ని హిందీ పండిట్ గా ఒక కాలేజ్ లో పనికి కుదురుకుంది. నజ్మాకు వచ్చిన జబ్బు వల్ల ఆ ఇంట్లో రంకు ఆగిపోయిందని పులివెందుల ప్రజలు అనుకున్నారు కానీ పులివెందులలో ఆగిన రంకు బెంగళూరులో సుఖంగా జరుగుతోంది.

ఒకప్పుడు అదే ఇంట్లో పులివెందుల ప్రజలకు మాబున్ని అక్క చర్మ వ్యాధులకు మందు ఇచ్చేది. ఇప్పుడు అదే ఇంట్లో నజ్మా చర్మ వ్యాధితో బాధపడుతోంది. ఎవడు తవ్వుకున్న గుంతలో వాళ్లే పడినట్లు. నజిరూన్ తన అత్త మాబున్ని అక్క దగ్గర నేర్చుకున్న చర్మ వ్యాధి మందును నజ్మాకు రాసింది. అయినా కూడా వ్యాధి తగ్గలేదు. అమ్మోరు తల్లి కనికరించలేదు. అసలు అమ్మోరు తల్లి ఉందా?!.

అందమైన భార్య కావాలనుకున్నాడు. అందం శాశ్వతం కాదని తెలుసుకున్నాడు. భార్య దగ్గరకు పోవడం లేదు. దూరం నుండే మాట్లాడుతున్నాడు కానీ తనకు అన్నం పెడుతున్నాడు. నజ్మాకు పుట్టిన బిడ్డను అల్లారిముద్దుగా పెంచుకుంటున్నాడు.

తన తండ్రి ఎవరనే అనుమానం తన బుర్రలోకి రానియ్యలేదు సాయిపీర్. చెల్లెలిని మోసం చేశానని తల్లిని తానే చంపానని బాధపడ్డాడు బాబావలి. బిడ్డలు రంకు పని ఆపినందుకు సంతోషపడ్డాడు. తన కుటుంబం ఒక దారికి వచ్చిందని సంబరపడ్డాడు. నిజం నిప్పు లాంటిది ఎన్ని రోజులని ఆగుతుంది?

***

మున్నాకు చాకిరి చేసి చేసి అలసిపోయిన రహమత్ మున్నా చావు కోసం ఎదురుచూసింది. మున్నా చస్తేనే తనకు విముక్తి లభిస్తుందని భావించింది. మున్నాను చంపాలనే ఆలోచన చేయలేదు. నిజానికి మున్నాను చంపడం పెద్ద కష్టం కాదు, అయినా రహమత్ అలా చేయాలని అనుకోలేదు. చంపాలనుకోలేదు కానీ చనిపోవాలని కోరుకుంది. అలా కోరుకోవడం తప్పు అయితే మనుషులు అందరూ ఏదో ఒక సమయంలో ఎవరో ఒకరు చనిపోవాలని కోరుకున్నవారే.

ఐదు రూపాయలు ఎక్కువగా కూరగాయలవాడు తీసుకున్నాడని, చిల్లర కొట్టువాడు చింతపండు మీద రూపాయి ఎక్కువగా తీసుకున్నాడని, బస్సు కండక్టర్ చిల్లర ఇవ్వలేదని, టీచర్ కాపీ కొట్టనివ్వడం లేదని, తమ్ముడు కొట్టాడని, అన్న తిట్టాడని, అమ్మ నచ్చింది చేయనివ్వడం లేదని, నాన్న బట్టలు కొనివ్వలేదని, ధరలు పెరిగినందుకు ముఖ్యమంత్రిని, పెట్రోల్ పెంచినందుకు ప్రధానమంత్రిని కింద నుండి పైవరకు అదని ఇదని చిన్న చిన్న విషయాలకే ఎదుటివారు చనిపోతే బాగుంటుందని మనుషులు అనుకోవడంలో తప్పు లేనప్పుడు రహమత్ అనుకోవడంలో తప్పు ఎలా అవుతుంది?.

మున్నా చనిపోతే తాను మరో పెళ్లి చేసుకోవాలనుకుంది. పెళ్లి చేసుకొని సుఖపడాలని, మంచి సంసారం జీవితాన్ని గడపాలని, భర్త పొందులో గడపాలని కలలు కనింది. ఆ కలలు నిజం కావాలని ఆశపడింది. ఐదేళ్ల తర్వాత రహమత్ కోరిక నెరవేరింది. మున్నా చనిపోయాడు.

రహమత్ తనకు తానే చాలా సంబంధాలు చూసుకుంది. భార్య చనిపోయిన వాళ్లను, భార్యకు విడాకులు ఇచ్చి మరో పెళ్లి కోసం ఎదురు చూసేవాళ్ళను వెతికింది. దొరకడం లేదు. తనకు భర్త మాత్రమే కాకుండా బిడ్డలకు తండ్రిగా ఉండే మొగోడి కోసం వెతికి వెతికి అలసిపోయింది.

పిల్లలు ఎదిగి వచ్చే సమయంలో తనకు పెళ్లి ఏంది అనుకుంది? నాకు ఏమంత వయసు ఉందని? చిన్నప్పుడే మున్నాకు ఇచ్చి పెళ్లి చేశారు. మున్నాతో సుఖంగా గడిపింది లేదు. కనీసం మిగిలిన కొన్ని రోజులైనా సుఖంగా ఉండాలనుకుంది. అనుకోవడంలో తప్పు లేదు. దాన్ని తప్పుగా భావించేవారు తప్పుడు వాళ్లు. ఎంత వెతికినా ఎవరూ దొరకడం లేదు. రహమత్ ఇంట్లో బాడుగకు ఉన్నా గిరి కైపుగా, మత్తుగా, సుఖంగా, యావగా, ఆకలిగా, ఆశగా చూశాడు. రహమత్ కోపంగా, మెట్టుతో కొట్టినట్లు, పరకట్ట తిరగేసినట్లు చూసింది.

ఒంటరిగా ఉంటే కుక్కలు మొరుగుతాయి. అదును చూసి కాటేయాలని చూస్తాయి. త్వరగా పెళ్లి చేసుకోవాలనుకుంది. ముస్లింలను కాకుండా ఇతర కులాల వారిని కూడా వెతికింది. షాది.కాం లాంటి వెబ్ సైట్స్ లో వివరాలు పోస్ట్ చేసింది. చివరకు రామకృష్ణ పెళ్ళికి ఒప్పుకున్నాడు. రిజిస్టర్ మ్యారేజ్ చేసుకున్నారు.

మొగుడు చనిపోతే ఇంట్లో ఉండకుండా మళ్ళీ పెళ్లి చేసుకుంది. ఇది మాములు ముండ కాదని కొందరు, పిల్లలు ఎదిగి వచ్చినారనే సంగతి మరిచి ఈ వయసులో అది కూడా కులం చెడి పెళ్లి చేసుకుంది. బజారు ముండని మరికొందరు, ఏదో రిజిస్టర్

మ్యారేజ్ అంటా మనం ఏమైనా ఆ కాగితాలను చూసినామా పాడా పెళ్లి పేరుతో వాణ్ణి పెట్టుకుంది, ఉంచుకుంది, రంకు చేస్తోందని మరికొందరు గుసగుసలాడారు.

భర్తలు ఉండి కూడా రంకు పనులు చేసిన ఆడవాళ్లను సమాజం నిందిస్తుంది. భర్త చనిపోయిన తర్వాత సుఖమైన జీవితాన్ని గడపడానికి మరో పెళ్లి చేసుకున్న అదే సమాజం మళ్ళీ ఆడదానికే రంకు అంటగడుతుంది. రంకు అంటే కేవలం స్త్రీలు మాత్రమే చేసే వ్యవహారం కాదు. రంకు స్త్రీ-పురుషులు చేసేది. ఇద్దరూ అక్రమంగా కలిస్తేనే రంకు అవుతుంది? అక్రమం అంటే ఏంది? ఎవరు డిసైడ్ చేస్తారు? ఏది అక్రమం? ఏది సక్రమం? ఎంతమంది సమాజం దృష్టిలో సక్రమంగా ఉన్నట్లు నటిస్తూ రంకు నడపడం లేదు. ఎవరి రంకు వాళ్లది. అది వారి ఇష్టం, వాళ్ల కోరిక, వాళ్ల అవసరం అందులోని తప్పు-ఒప్పులు రంకు చేసే వాళ్ళే తెలుసుకోవాలి.

***

బిడ్డకు చర్మవ్యాధి వచ్చినందుకు కుమిలిపోయాడు ఖాదర్. ఆ వ్యాధికి కారణం శీనుగాడేనని తీర్మానించాడు. కాఫిర్ గాడితో కలిసింది కనుకే చర్మవ్యాధి వచ్చిందని భావించాడు. తనకున్న కులరోగం, మత వ్యాధి గురించి ఆలోచించలేకపోయాడు.

నజ్మా బిడ్డకు మాబున్ని అని పేరు పెట్టారు. నజ్మా శరీరం మొత్తం పుండులా మారిపోయింది. పడుకోవడం కూడా కష్టంగా ఉంది. సాయిబీర్ ని పిలిచి క్షమించమని కోరింది.

నువ్వు నా భార్యవే అన్నాడు. అన్నాడు కానీ దగ్గరికి పోలేదు, తనను కౌగలించుకోలేదు, నేను ఉన్నానని ధైర్యం ఇవ్వలేదు. వేరే పెళ్లి చేసుకోడానికి సిద్ధం అయ్యాడు. నజ్మా సంపాదించిన డబ్బుకు వారసుడు అయ్యాడు. నజ్మా మంచంలో ఉండగానే మరో పెళ్లి చేసుకున్నాడు. నజ్మాను ఇంట్లో అడ్డంగా ఉందని స్టోర్ రూమ్ లో ఉంచాడు.

ఆ తర్వాత స్టోర్ రూమ్ వాసన వస్తోందని వరండాలో, వరండాలో వచ్చిపోయే వారు చూస్తున్నారని వీధిలోకి విసిరేశాడు.

కులం తప్పిందని తండ్రి, తనకు అడ్డంగా ఉందని భర్త వదిలేశారు. కుటుంబంలో ఎవరూ పెద్దగా నోరు మెదపలేదు. తనతో గడిపినవారు అయ్యో పాపం అన్నారు కానీ ఎవరూ వాళ్ల ఇళ్లకు తీసుకెళ్లి పెట్టుకోలేదు.

ఒకప్పుడు నజ్మా అందరికీ కావాలి. ఇప్పుడు ఎవరికీ వద్దు. అప్పుడు సుఖం ఇప్పుడు రోత, అప్పుడు అందం ఇప్పుడు గలీజు, అప్పుడు కోరిక ఇప్పుడు చీదరింపు, అప్పుడు యావ ఇప్పుడు యాతన, అప్పుడు హాయి ఇప్పుడు చికాకు, అప్పుడు అందరిది ఇప్పుడు కుష్టుది.

చింపిరి జుట్టు వేసుకొని, చినిగిన బట్టలతో వీధులు వీధులు తిరుగుతూ ఇంటి ఇంటి దగ్గర అడుక్కుతింటూ జీవితాన్ని గడుపుతోంది. నజ్మాను సమాజం అలా ఎలా వదులుతుంది? రోగం అందరికీ వస్తుందని కొట్టింది, రాళ్లు రువ్వింది, వీధి నుండి ఈడ్చింది,

ఊరి నుండి తరిమింది. అది తట్టుకోలేని నజ్మా బస్సు ఎక్కింది, రైలు ఎక్కింది, ఎక్కడికో వెళ్ళిపోయింది.

నజ్మా ప్రేమించింది. ప్రేమలో వ్యామోహించింది. వాడు మోసం చేశాడు. మోసపోయిన తర్వాత నమ్మకూడదు.. అయినా నమ్మింది. ఆ తర్వాత కాలం తనతో ఆడుకుంది. తప్పక రాజాకు లొంగిపోవాల్సి వచ్చింది. తండ్రి చేసినపనికి మరికొందరికి లొంగిపోయింది.

ఆ తర్వాత తనకు ఇష్టంలేని సాయిపీర్ ను పెళ్లి చేసుకుంది. అయినా కాపురం చేసింది. పీరుసా మోసం చేశాడు. ఆ తర్వాత నరసింహారెడ్డికి భయపడింది, బెదిరిపోయింది.

మోసం చేస్తున్నారని భయపడకుండా, లొంగిపోకుండా ఉండాల్సింది. పోరాటం చేయాల్సింది. తన శరీరాన్ని కోరినవాడిని తన్నాల్సింది. ఒకసారి మోసపోతే అమాయకత్వం మరి ఇన్నిసార్లు మోసపోతే అది చేతకానితనం కాదా? ఆడవాళ్ళు చేతకాని వారిలా ఉండకూడదు.

***

"తెల్లవారింది!"

"ఉరుకులు పరుగులు, అందరూ ఆ ఇంటి వైపే పరుగెత్తారు."

ఎంత గొప్ప జీవితం?! నడుస్తుంటే ఆ హుందాతనం, ఆ ఠీవి, ఎంతమందికి ప్రాణాలు పోశాడు. ఎంతమంది జీవితాలను

కాపాడినాడు. పాపం ఇలాంటి వ్యాధి రావడం ఏంది? అని కొందరూ, తాను తలుచుకుంటే కోట్లు ఖర్చు పెట్టి వైద్యం చేయించుకోగలడు.

వైద్యం కోసం ఏ దేశానికైనా వెళ్ళగలడు. అలాంటి వాడికి మందు లేని వ్యాధి వచ్చిందంటే.. ఏ జన్మలో? ఏం పాపం చేసుకున్నాడో? అని కొందరూ, పులివెందులకు పట్టిన పీడా వదిలింది. ఎంతమంది ఆడపిల్లల జీవితాలను నాశనం చేశాడో! ఆడదాని ఉసురు తగలకుండా పోతుందా అని కొందరూ, కోట్లు సంపాదించాడు.. ఏం చేస్తుంది ఆ డబ్బు? కనీసం తన వ్యాధిని నయం చేయలేదు. చేసిన పాపం ఊరికే పోదు.

ఇంతేనా! ఇంకా ఎంత అనుభవించాలో! మట్టికొట్టుకు పోతాడని కొందరూ, ఎవరికి తోచింది వారు మాట్లాడారు, ఎవరికి న్యాయం అనిపించింది వారు చెప్పారు, తప్పు చేసిన వాళ్లకు జైల్లు, కోర్టులు శిక్షలు వేస్తున్నాయో లేదో తెలియదు కానీ ప్రజాకోర్టులో శిక్ష తప్పదని ఎవరో గట్టిగా అరిచి చెప్పారు.

***

"నవ్వింది.. నవ్వింది.. నవ్వింది"

"గట్టిగా, బిగ్గరగా"

"ఏడ్చింది.. ఏడ్చింది.. ఏడ్చింది"

"కుమిలిపోయింది. మళ్ళీ నవ్వింది. సంతోషంగా, హాయిగా, సుఖంగా"

నరసింహారెడ్డి నజ్మా వైపు చూశాడు. మంచంలో ఉన్న నరసింహారెడ్డి కన్నుల నుండి కన్నీరు. ఆ కన్నీరు నజ్మాకు క్షమాపణలు చెప్పినట్లు అనిపించింది. నజ్మాను దగ్గరికి రమ్మని పిలిచాడు.

"నజ్మా.. నరసింహారెడ్డి దగ్గరికి వెళ్లి నిల్చుంది"

"క్షమించు తల్లీ!" అన్నాడు.

"నోటి నిండా ఎంగిలిని తీసుకొని.. ముఖం మీద ఉమ్మి.. అక్కడి నుండి కదిలింది"

"నజ్మా ఉమ్మింది.. నరసింహారెడ్డి మీద మాత్రమేనా? శీనుగాడి మీద, రాజా మీద, వీరేశ్ మీద, పీరుసా మీద. వాళ్లకు ప్రతినిధులుగా చలామణి అవుతున్న పురుష జాతి మీద."

"నరసింహారెడ్డికి పిచ్చి పట్టింది. ఏవేవో కలలు కంటున్నాడు. ఆ కలలోనే నవ్వింది అంటాడు, ఏడ్చింది అంటాడు. నా ముఖం మీద ఉమ్మకు అంటాడు. నన్ను వదిలేయి నన్ను చంపకని గట్టిగా అరుస్తాడు. మందు లేని వ్యాధి రావడంతో మానసికంగా చితికిపోయాడు. నజ్మాకు వచ్చిన వ్యాధి తనకు వచ్చిందని నజ్మాకు చేసిన ద్రోహమే తనకు తగిలిందని తలుచుకొని తలుచుకొని పిచ్చి పట్టినవాడిలా తయారయ్యాడు."

***

కొందరు శరీర కోరికలు తీర్చుకోడానికి, కొందరు గతిలేని పరిస్థితుల వల్ల, కొందరు తమకు తెలియకుండా, కొందరు డబ్బు

కోసం, కొందరు పొట్టకూటికి, కొందరు ఉచ్చులో పడి, కొందరు మోసపోయి, కొందరు ప్రేమ పేరుతో, కొందరు వాంఛల పేరుతో, కొందరు ఉండబట్టలేక, కొందరు అన్నీ ఎక్కువై, కొందరు ఏమీ లేక ఇలా రకరకాల వ్యక్తులు రకరకాల కారణాల వల్ల రంకు పెట్టుకుంటారు. ఎవరిది తప్పో? ఎవరిది ఒప్పో? సమాజం నిర్ధారిస్తుంది. సమాజం నిర్ధారించింది మొత్తం మంచేనని చెప్పలేము. ఒక ప్రాంతపు సమాజానికి, ఒక వర్గపు సమాజానికి, ఒక కులపు సమాజానికి, ఒక మతపు సమాజానికి తేడాలు ఉంటాయి. అలాగే సమాజంలో ఉండే అందరూ ఒకేలా ఉండరు. ఎవరి నిర్ధారణ వారిది, ఎవరి విధానం వారిది, ఎవరి రంకు వారిది. అయితే రంకు కేవలం ఆడవారే పెట్టుకుంటారని నీచంగా ఆలోచించడం సమాజం వదిలేయాలి.

రంకు ఒక్కరిది కాదు, ఒక జాతిది కాదు. స్త్రీలను లంజలుగా ముద్రించిన రంకు మగవారికి ఎలాంటి తిట్టు పెట్టకపోవడం గమనార్హం. లంజ అంటే ఇద్దరూ లేదా అంతకంటే ఎక్కువమందితో శారీరకంగా గడిపే మహిళను అంటారు. మరి మగవాడికి ఎలాంటి సంబోధన లేదే? లంజాకొడకా అనే తిట్టులో కూడా స్త్రీ ఉంది.

ఈ రంకు స్త్రీల రంకు మాత్రమే కాదు, పురుషుల రంకు కూడా. స్త్రీలు మాత్రమే రంకు చేయరు, పురుషులు కూడా రంకు చేస్తారు. రంకుకు ప్రధాన కారకులు, ప్రేరకులు స్త్రీ పురుషులే. ఇందులో ఏ ఒక్కరినో నిందించలేము.

***

జీవిత సూచిక

1. పేరు : జాని తక్కెడశిల
2. కలం పేరు : అఖిలాశ
3. పుట్టిన తేది : 08-06-1991
4. తల్లిదండ్రులు : టి.ఆశ, టి.చాంద్ భాష
5. తోబుట్టువులు : టి. జాకీర్ బాషా, M.B.A,
   టి. అఖిల, B.B.A
6. సహధర్మచారిణి : నగ్మా ఫాతిమా, M.COM

విద్యార్హతలు

తొలి చదువు:

- ఒకటి నుండి తొమ్మిదో తరగతి వరకు నాగార్జున హైస్కూల్, పులివెందుల, వై.ఎస్.ఆర్ జిల్లా.
- పదవ తరగతి: ఎస్.బి మెమోరియల్ హైస్కూల్, ప్రొద్దుటూరు, వై.ఎస్.ఆర్ జిల్లా.
- డిప్లమా: ఎలక్ట్రానిక్స్ అండ్ కమ్యూనికేషన్ ఇంజనీరింగ్ (E.C.E) లయోలా పాలిటెక్నిక్ కాలేజ్ (Y.S.S.R), పులివెందుల.

మలి చదువు:

- బి.టెక్: ఎలక్ట్రానిక్స్ అండ్ కమ్యూనికేషన్ ఇంజనీరింగ్ (E.C.E) అమీనా ఇన్స్టిట్యూట్ అఫ్ సైన్స్ అండ్ టెక్నాలజీ, హైదరాబాద్.
- ఎం.టెక్: ఎలక్ట్రానిక్స్ అండ్ కమ్యూనికేషన్ ఇంజనీరింగ్ (E.C.E) శ్రీ వెంకటేశ్వర ఇన్స్టిట్యూట్ అఫ్ సైన్స్ అండ్ టెక్నాలజీ, కడప.
- హిందీ ప్రవీణ: దక్షిణ భారత హిందీ ప్రచార సభ, మద్రాస్.

ఇతర:

- P.G.D.C.A: టాప్లైన్ ఇన్స్టిట్యూట్, పులివెందుల.
- ఇంటర్మీడియట్: APOSS నుండి ఇంటర్మీడియట్ లో బై.పి.సి పూర్తి అయ్యింది.
- టెక్నికల్ కోర్సులు: C, Oops, C#, Dotnet, SQL, Oracle, Hardware & Networking, JAVA, JQUERY, HTML, Visual Basic, Amplitude, MS. Office, M.s dos.

బోధనానుభవం:

- మూడేళ్ళ పాటు పులివెందులలోని టాప్ లైన్ ఇన్స్టిట్యూట్ లో C, C++, Oracle, Hardware and Networking లాంటి కోర్సులను రెండు వేలకు పైగా విద్యార్థులకు భోదించారు.

ఉద్యోగం:

- మొదట సాఫ్ట్వేర్ గా పని చేశారు.
- 2016 నవంబర్ - 9 నుండి ఇప్పటిదాక ప్రతిలిపి తెలుగు విభాగాధిపతిగా సేవలు అందిస్తున్నారు.

ముద్రితమైన పుస్తకాలు

కవిత్వం

1. అఖిలాశ
2. విప్లవ సూర్యుడు
3. నక్షత్ర జల్లుల్లు (కొత్త సాహిత్య ప్రక్రియ)
4. బురద నవ్వింది
5. మట్టినైపోతాను (యాత్ర కవిత్వ సంపుటి)
6. గాయాల నుండి పద్యాల దాక
7. పరక

దీర్ఘకావ్యాలు:

1. 'వై' (తెలుగు సాహిత్యంలో హిజ్రాలపై రాసిన రెండవ దీర్ఘకావ్యం)
2. ఊరి మధ్యలో బొడ్రాయి (మర్మాంగంపై రాసిన తొలి తెలుగు దీర్ఘకావ్యం)

కథా సంపుటాలు:

1. షురూ (రాయలసీమ మాండలిక ముస్లిం మైనార్టీ కథలు)
2. కట్టెల పొయ్యి కథా సంపుటి.

నవలలు:

1. మది దాటని మాట ('గే' కమ్యూనిటీపై తొలి తెలుగు నవల)
2. రంకు (అక్రమ సంబంధాలపై ముస్లిం మైనార్టీ తెలుగు నవల)
3. దేవుడి భార్య (దేవదాసి వ్యవస్థపై రాసిన నవల)
4. జడకోపు (చెక్కభజన కళాకారుడి జీవితాన్ని ఆధారంగా చేసుకొని రాసిన నవల) అముద్రితం
5. చాకిరేవు (రజక కులస్తుల జీవితాల మీద రాసిన నవల) అముద్రితం

సాహిత్య విమర్శ:

1. వివేచని (యాభై వ్యాసాల విమర్శ సంపుటి)
2. అకాడమీ ఆణిముత్యాలు (కేంద్ర సాహిత్య అకాడమీ అవార్డు పొందిన పుస్తకాలపై వ్యాసాలు)
3. కవిత్వ స్వరం (ఆధునిక తెలుగు కవిత్వంపై విమర్శ వ్యాసాలు)
4. శివారెడ్డి కవిత్వం ఒక పరిశీలన (శివారెడ్డి కవిత్వంపై వ్యాస సంపుటి)
5. నడక (రాచపాళెం విమర్శపై వ్యాస సంపుటి)
6. సూచన (డా. ఎన్. గోపి గారి కవిత్వంపై వ్యాస సంపుటి)

హిందీ:

1. జిందగీ కె హీరే (నానోలు హిందీలో) నానోలను హిందీ సాహిత్యానికి పరిచయం చేసిన మొదటి పుస్తకం.

అనువాదం:

1. 22 మంది రచయితల బాలసాహిత్య తెలుగు కథలను ఆంగ్లంలోకి అనువాదం చేశారు. Ukiyoto అనే ప్రపంచ ప్రఖ్యాత పుస్తక ప్రచురణ సంస్థ 'Tiny Treasures' పేరుతో ముద్రించింది.
2. తెల్లరొమ్ము నల్లరొమ్ము (ఆంగ్లం నుండి తెలుగు అనువాద కవిత్వం)

సంపాదకత్వం:

1. మాతృస్పర్శ (160 మంది కవులు అమ్మపై రాసిన కవితలు)
2. తడి లేని గూడు (కథా సంపుటం)

బాలసాహిత్యం:

1. పాపోడు (రాయలసీమ కడప మాండలిక బాలసాహిత్య కథలు, కథలన్నీ పిల్లల సమస్యలపై మాత్రమే రాసినవి)
2. బాలసాహిత్యంలోకి(బాలసాహిత్య విమర్శ వ్యాసాలు)
3. బాలల హక్కులు (బాలల హక్కులపై తొలి తెలుగు బాలసాహిత్య నవల)

ముద్రణకు సిద్ధంగా:

తెలుగు:

1. వివిధ పత్రికలలో ముద్రించబడిన బాల సాహిత్య గేయ సంపుటి.

2. ఒక కథా సంపుటి, రెండు కవిత్వ సంపుటాలు.

ఆంగ్లం:

1. 'Lie' ఆంగ్ల కవిత్వ సంపుటి.
2. 'God's Land & other Stories' కథా సంపుటి.

పురస్కారాలు:

1. సత్రయాగం సాహిత్య వేదిక నుండి 'కవిమిత్ర' పురస్కారం.

2. బాలానందం సాహిత్య సంస్థ నుండి బాల సాహిత్య పురస్కారం.

3. చెన్నైకి చెందిన తెలుగు రైటర్స్ ఫెడరేషన్ నుండి 'తెలుగు-వెలుగు' పురస్కారం.

4. ఉమ్మడిశెట్టి ఉత్తమ కవితా పురస్కారం.

5. కలిమిశ్రీ ఉత్తమ కవితా పురస్కారం.

6. "వై" పుస్తకానికి శ్రీమతి శకుంతలా జైని స్మారక కళా పురస్కారం - 2019.

7. 'వివేచని' సాహిత్య విమర్శ సంపుటానికి కేంద్ర సాహిత్య అకాడమీ యువ పురస్కారం.